प्रेमात तुझ्या माझ्या

उर्मिला देवेन

प्रेमात असणाऱ्या आणि प्रेमासोबत वास्तविक आयुष्याच्या

लढाईला न डगमगता, तठस्थ उभ्या असणाऱ्या त्या

सर्व प्रेमवीरांना समर्पित!

अनुक्रमणिका

प्रस्तावना	vii
ऋणनिर्देश, पावती	ix
थोडं मनातलं	xi
1. प्रीत कळेना कुणाला	1
2. प्रीतीचा हिरवा चुडा	25
3. तो चंद्र होता साक्षीला	47
4. बहरली प्रीत तुझी माझी	70
5. प्रेमात तुझ्या माझ्या	89
6. सेमी अरेंज्ड	112
आभार!!	139

अनुक्रमणिका

प्रस्तावना

प्रेमकथा म्हटलं की, प्रेम आणि फक्त प्रेमाच्या दुनियेत रमणाऱ्या असतात पण खऱ्या प्रेमकथा खरच तश्या असतात?

प्रेमाचा मार्ग कठीण आहे हो, तो कल्पनेत फुलांच्या वाटेन चालता येत नाही.

वास्तवात प्रेमाच्या मार्गाने चालताना आपण अक्षरशा: रक्ताळून जातो.

ह्या प्रेमकथा लिहितांना, माझ्या लेखणीला मिळालेलं शाही रुपी खत हे आपल्या समाजातल्या, जवळपासच्या, अगदीच घरातल्या गोष्टीतूनच मिळालेल आहे.

ह्या रचना मी मांडल्यात, पण रचनेतले नायक नायिका वाचकही असू शकतात. कधी ह्या प्रेमकथा तुम्हाला तुमच्याच वाटतील तर कधी जवळच्यांच्या.

रेखाटलेल्या कथा ह्या कल्पना विश्वात तुम्हाला नेणार नाहीत तर प्रेमाची वास्तविकता दाखवण्याचा प्रयत्न आहे.

प्रेम ही संकल्पनाच मुळात कल्पना विहारात घेवून जाते; पण डोळस प्रेम खूप बोलकं असतं. प्रेमाची कल्पना सुंदर असते गुलाबासारखी, आणि रमणीय असते जाईसारखी; पण वास्तवात गुलाबापर्यंत काट्यांची वाट असते तर जाईची वेल खूप गुंता गुंतीची असते. आणि तेच माझ्या कथांमध्ये दिसणार आहे.

प्रेमाला असंख्य पंख जरी असलेत तरी उडावं त्याला ह्याच समाजात लागतं आणि मग पंख काटल्या गेली कि त्या कल्पना विश्वाचा वास्तविक जीवनात ऱ्हास होतो.

पण, तीच खऱ्या प्रेमाची कसोटी असते.

अश्याच काही प्रेमकथा माझ्या ह्या पुस्तकात आहेत, ज्या वास्तविक आहेत. समाजाचा भाग आहेत. अजूनही आपल्यामध्ये आहेत. प्रेमाला जीवनदान देत आहेत.

या रणरणत्या स्वार्थी जगात अजूनही प्रेमाचं अस्तित्व टिकवून आपल्यामध्येच वावरत आहेत. तुमच्या माझ्या आयुष्याचा कधी ना कधी भाग राहिल्या आहेत.

अगदीच म्हटलं तर मुरलेल्या कथा आहेत. सत्य परिस्थितीवर आधारित, सत्याशी झुंज देत, शेवटीपर्यंत बहरणाऱ्या प्रेम कथा. मनातल्या तळ्यातल्या. वाचा आणि अभिप्राय नक्की कळवा.

चला तर मग प्रेमाच्या वास्तविक प्रवासाला.

ऋणनिर्देश, पावती

डॉ. देवेंद्र मेश्राम,
तुझ्या सहयोगाशिवाय
ही कथा पूर्ण करणे अशक्य होतं.
तुझ्यासारखा सखा सोबती
माझ्या ह्या कथासंग्रहाला प्रथम वाचक म्हणून लाभला.
तुझे मनापासून आभार!

थोडं मनातलं

मी उर्मिला देवेन, M Tech. जपानच्या टोकियो शहरात सॉफ्टवेअर फील्ड मध्ये काम करते.

माझा स्वतःचा NGO आहे. जिथे आम्हीं मुलांच्या शिक्षणासाठी काम करत असतो, खास करून स्लम भागातल्या आणि गावातल्या. माझी स्वतःची शाळा नक्सलवादी भागात गडचिरोलीमध्ये आहे. जेथे आम्ही गरीब आणि गरजू मुलांना विनामूल्य इंग्रजी शिक्षणाची सोय उपलब्ध करून दिली आहे.

शाळेचा सर्व खर्च आम्हीं स्वतः करतो. तसेच, NGO च्या माध्यमातून वर्षभरात बरेच लहान मोठे मुलांसाठी आणि स्त्रियांसाठी प्रोजेक्ट्स राबवत असतो. दर वर्षी १०० मुलांपर्यंत पोहचण्याचा प्रयत्न असतो. आतापर्यंत अश्या विविध प्रोजेक्टच्या माध्यमातून आम्हीं ५००० गरजू मुलांपर्यंत पोहचलेलो आहोत.

मी, माझ्या लेखणीतून सामाजिक प्रश्न मांडण्याचा आणि प्रोत्साहन देण्याचा नेहमीच प्रयत्न करत असते. माझा हा कथासंग्रहही सामजिक प्रश्नांनी गुंफलेला असून त्यातले नायक आणि नायिका वास्तविक जगातल्या भूमिका निभवत अजुनीही आपल्यात प्रेमाला जिवंत ठेवत आहे.

माझ्या मातृवाने खूप शिकवलं मला, जगातल्या चांगल्या आणि वाईट अनुभवाची ओळख मला त्याच वाटेत झाली. मग माझ्या मातृत्वाचे अनुभव कुणाच्यातरी कामी यायला हवेत, म्हणून मी ते लिखाणाच्या माध्यमातून शेअर करते. मी समाधानी आहे कि मी दोन मुलींची आई आहे, पण माझ्या शाळेची मुलं बघितली कि मी आनंदाने भारावून जाते.

माझी नवऱ्यासोबतची मैत्री अजूनही प्रवास करत बहरतच आहे. त्याच्या मैत्रीने मी उभी आहे, तठस्थ! प्रेमाच्या नात्याने मी श्वास घेते आणि मातृत्व मला समाजकार्य करायला प्रेरणा देतं. जीवनाचे कडू-गोड अनुभव मला माझ्या लेखणीत शाहीच काम करतात. मी वगवेगळ्या

ब्लॉगिंग साईटवर माझे लेख प्रसिद्ध करते.

कथा, ललितलेख, लेख आणि कविता लिहिण्यात मला आनंद मिळतो. आधुनिक काळातले विषय हाताळायला मला खूप उत्सुकता असते. इतिहासत रुची आहे आणि विज्ञान मला प्रेरणा देत असतं. लवकरच ऐतिहासिक फिक्शन विषयातली कादंबरी प्रकाशित करणार आहे. वाचकांचा प्रचंड प्रतिसाद मला भारावून टाकतो.

३०० कथा, ७० लेख, आणि ३० कविता हे पेपर, मासिक, दिवाळी अंक, ब्लॉगिंग साईट आणि इतर सोशल मिडिया माध्यमाने प्रकाशित झालेले आहेत. मराठी मोम्स्प्रेसो ब्लॉगिंग साईटची सेप्टेंबर २०१८ ते ऑक्टोंबर २०२० पर्यतची पहिली मराठी ब्लॉगर आहे जिने सतत एका वर्षा पेक्षा जास्त नंबर "पहिला" कायम ठेवत लोकांच्या मनावर लिखाणाने राज्य केलं.

मराठी प्रतीलीपिचीही स्त्रीविषयक कथेसाठी नंबर "एक" ची आणि झपाट्याने नावारूपाला आलेली लेखिका म्हणून नोंदल्या गेली. वेगवेगळ्या ब्लॉगिंग साईटवर पारितोषिकांनी गौरवल्या गेली आहे. गेल्या दोन वर्षापासून वाचकांच अतोनात प्रेम मला मिळत आहे. खरं तर मराठी माध्यमातून लिखाण हे माझ्यासाठी अगदीच आवाहनात्मक आहे; पण ते मी स्वीकारलं, मराठीवरच्या प्रेमापोटी!

तेव्हा माझ्या लिखाणातील चुकांना माझ्या वाचकांनी दर्शवल्यास माझं लिखाण अजूनच उजडेल ही आशा करते. तुमचं प्रेम आणि मार्गदर्शन असच अनंत राहो हीच सदिच्छा. अजून खूप दूर चालायच आहे. आयुष्याच्या वाटेवर जीवनाची परीक्षा सुरूच आहे. जवाबदारी वाढली आहे, नात्याचं छत्री दिवसे न दिवस वाढत आहे.

पालकत्व एक आवाहन म्हणून समोर आहे. वाढत्या वयानुसार नात्यात मूरत, माझ्या लेखणीला मी बहरवण्याचा प्रत्येक प्रयत्न करणार आहे. अर्थात, वाचकांची दाद हवीच.

नुसती कौतुकाची दाद नको तर मला वाचकांच्या मार्गदर्शनाचीही गरज आहे.

धन्यवाद !!

1

प्रीत कळेना कुणाला

प्रेम!

एक सुंदर भावना, पण प्रेमालाही परीक्षा द्यावीच लागते.
निर्णय लागूनही लागलेला नसतो. प्रेमाचा रंग गुलाबी म्हणतात...
पण, वास्तविकतेत प्रेमवीरांना आयुष्य
आपल्यांसोबतच जगतांना जीवनाचे विविध रंग दाखवतो.
बाहेरच्या विश्वासोबत लढून घेतो आपण.
पण, प्रेम करणाऱ्या मनांना आपल्यांसमोरच
उभे राहून स्वतःसाठीच लढावे लागते.
हीच प्रेमाची दुसरी बाजू आहे.
का कुणास ठाऊक?
प्रीत कळतच नाही कुणाला? अश्याच अनुला भेटूया,
तिची प्रेमाला सिद्ध करण्याची लढाई वाचत.
प्रेम करता ना तुम्ही? कळेल का प्रति तुम्हाला?
ती खरच कळत नाही बरका!
म्हणूनच कथेची नायिका म्हणते ना...
प्रीत कळेना कुणाला!

भाग १. प्रियाला प्रीत कळेना

बाबांनी फर्मान सोडलं होतं,

“आम्ही पाच वर्ष तुझ्या मनानी ऐकलं, आता बास झालं,

मुलगा अमेरिकेत सेटल आहे,

आणि तूही तिथे स्वतःच करियर करू शकते.

माझ्याकडून ग्रीन सिग्नल आहे.

तुझ्या उत्तराची वाट बघतोय.”

एव्हाना बाबांच्या पाठीमागे लपणारी अनु, आज घाबरली होती. मनात गोंधळ माजला होता. बाबांच्या बोलण्याचा त्रास होत होता. मनाला सुचत नव्हते आणि मेंदूला कळत नव्हते. कावऱ्या बावऱ्या झालेल्या अनुसामोर विचारांचे बोंगाडे कोडी डोळ्या सामोर नाचत होते.

अनु, इंजीनिअरिंग झाल्यापासून सारखी घराबाहेर राहायची, कधी क्लाससाठी तर कधी जॉबसाठी. लॉजिकल कारण देऊन ती चांगली लग्नाची स्थळ नाकारत होती. घरच्यांच्या लक्षात येत होतं कि नाही हे त्यांना माहित, पण बाबांचा आज स्वर बदलला होता.

तशी तिला बाबाने सवलत दिली होती, मग मिरवत आईला ती शब्दात फिरवायची.

चक्क तिलाच प्रश्नातच घुमवायची आणि प्रेमाने लाड-लाड करत डावलून लावायची. आईला उडवा-उडवीची उत्तर द्यायची,

“मला अजून शिकायचं आहे.

जॉब करायचं आहे. तुझ्यासारखं नाही व्हयाच,

नुसती घरात राहतेस आणि

ह्याच्या त्याच्या मुलींबद्दल बोलत असतेस,

मी तर नौकरी करणार, घरी नाही राहणार.”

घरात असलं की आई सारखी किटकिट करते म्हणून ती पाच वर्षा पासून सगळं लांबवत लहान सहान नौकरी करत घराबाहेर राहायची. आई तिच्या जागी योग्य होती. पण अनुच मन गुंतलं होतं प्रेमाच्या धाग्यात. आता मात्र तिला घरच्यांना थांबवणे अशक्य होते. खरही होतं ते.

अंकित त्याच्या घरचा एकटाच कमवता होता, आणि वडिलोपार्जित श्रीमंत नव्हता. त्याने इंजीनिअरिंग नंतर मास्टर केलेलं आणि जॉब करून UPSC साठी तयारी करत होता. त्याच्या प्रयत्नांची पराकाष्टा चालली होती. अभ्यास सुरूच होता, इंटरव्हिएव देणं सुरूच होते; पण उत्तम जॉब भेटायला वेळच लागतो, जो वेळ त्याच्याकडे नव्हता आणि पळून जावून लग्न करणं दोघानांही मान्य नव्हतं.

मग सुरु होती दोघांची जमवाजमव... पण वेळ कुठे कुणाची असते. ती तर धावत असते सदा, आणि आपल्याला तिला गाठाव लागतं.

तब्बल दोन महिन्यांनी दोघेही भेटले होते. अनुने स्वतःच सर्व फ्रस्ट्रेशन भेटल्या-भेटल्या अंकित वर काढलं. अंकितला काही सुचत नव्हतं म्हणून तो जरा गुमान ऐकत होता. शब्दांमध्ये हरवत कदाचित स्वतःतच शिरला होता. तो कसा गप्प राहू शकतो हे ही अनुला पटत नव्हतं. दोघात भांडण झालं, आणि एकमेकांशी न बोलता भावनेत गुंतून दोघंही परत निघून गेले.

प्रेमात तुझ्या माझ्या, मग रुसवा आणि फुगवा आलाच की, काय म्हणता...

चूकचूक दोघांच्या मनातही होती, आणि धुकधुक अंतरंगात शिरली होती.

दोघांनेही पंधरा दिवस एकमेकांशी कुठलाही संवाद केला नाही. अनु रोज अंकितच्या फोनची वाट बघायची; पण स्वतः फोन करत नव्हती. मनात अंकितचा विचार सुरूच असायचा. मनातल्या मनात त्याला आठवून तिने कहीदा त्याची माफी मागितली होती. त्या दिवशी अनु तिच्या रूममध्ये बसली होती. तेव्हा तिच्या भावाने तिला एक पुस्तक दिलं,

“हे तुझ्या नावानी पार्सल आलं आहे.
तसं कालच त्या पोस्टमन काकाने दिलेलं,
मलाच आठवण नव्हती. घे ग,
कुणीतरी अंकितने पाठवलं आहे.
कॉम्पुटरच पुस्तक दिसते आहे,
मी उघडलं नाही. काय ते बघ तू.”

अंकितने पाठवलं हे कळताच तिच्या आनंदाचा पारावार राहिला नाही. पण तिने भावाकडे रागात पाहिलं,

"काय रे द्यायचं ना, माझं होतं तर,

तुला काय समजतं कॉम्पुटरच... आला मोठां..."

"घे ग, वाच, लावं दिवे... काय तर कुठली भाषा शिकते म्हणे."

तो तिला चिडवत निघून गेला, पण अनुच्या चेहऱ्यावरची लाली परत आली होती, डोळ्यात चकाकी शिरली, मन मनातच लाजलं आणि तन उत्साहित झालं.

धाडकन उभी झाली, अभ्यासाच्या टेबलजवळ आली. निवांत श्वास घेतला. ते पुस्तक तिने उलटून पलटून बघितलं कि कुठे काही लिहिल आहे का? मनात लहरी उठत होत्या, आणि... शेवटच्या पानावर तिची नजर पडली. अंकितचे अक्षर होते. मनाला हायसं झालं, डोळे अक्षर वाचू लागले,

"प्रिय अनु,

"मला माहित आहे तू माझ्या बोलण्याची वाट बघत आहेस.

पण मी स्वार्थी कसा होवू ग...

नुसत्या प्रेमाने आयुष्य नाही चालत.

तुझ्या समोर तुझ सुंदर भविष्य आहे,

आणि माझ्या भविष्याचा अजून थांग लागत नाही.

तू माझ्यात गुंतून राहू नकोस.

तू निर्णय घ्यायला समर्थ आहेस.

मी तुला अडवणार नाही.

मला विसरायला तुला वेळ लागणार नाही.

तशी आपली साथ कितीशी?

तुझ्या आयुष्यातून सहज पुसले जातील हे दिवस,

आणि तू नवीन होशील.

तुझ्या सुंदर आयुष्यासाठी मनापासून शुभेच्छा.

तू सुखी राहावीस असंच मनोमन वाटतं मला.

आपली साथ एवढीच होती असं समज आणि स्वीकार.
आशा करतो, मी कधीच तुझ्या समोर येणार नाही."
तुझाच फक्त मित्र,
अंकित."

लिहिलेलं वाचताच अनु परत खाली बसली. क्षणात भरारी घेतलेल मन तोल जावून खाली पडलं होतं. मनात उठलेल्या लहरी अचानक मनात आदळू लागल्या. काय झालं तिला कळत नव्हतं. कुठे चुकलं जाणवत नव्हतं.

अनुला हे अंकितकडून कधीच अपेक्षित नव्हतं. तिच्या इंजीनिअरिंग पासून ते आत्ता पर्यंतचा तब्बल आठ वर्षाचा अंकित साठी धडपडणारा प्रवास कसा काय इथेच संपला ह्या विचाराने ती ढसाढसा मनातल्या मनात रडत होती. मन सैरावैर जुन्या दिवसांमध्ये भरकटत होतं आणि मनाची कोंडी झाली होती. का च उत्तर तिला भेटत नव्हतं. परत परत मन विचारांवर येत होतं. राहून राहून भेटीचा प्रत्येक क्षण आठवत होता, डोळ्यांत अश्रूंनी गोंधळ केला होता.

मनाला भावनांचा पूर आला होता. निःशब्द झाल्याने ओठ कोरडी पडली होती. मन मानतच नव्हतं आणि मेंदू वाटेल त्या दिशेने उत्तर शोधत होतं. मन रडून बोलत होतं,

"अंकित, का रे? कसा रे तू...
मी करतेय ना सगळं सांभाळण्याचा प्रयत्न,
साथ नको साडूस रे. कसं म्हणतोस तू..."

मन पुटपुटत होत आणि ओठ गार पडली होती, हृदय हुंदके देत होतं आणि शरीर बधीर झाल होतं. मन भरकटत होतं अनुच, मनातल्या मनात तिचा आरोप सुरु झाला होता, कधी ती स्वतःला दोषी ठरवत होती तर कधी अंकितला, पण मुलं असे का असतात ह्यावर तिचं मन आलं होतं, मन मनाला म्हणत होतं,

"मुलांचा हाच प्रॉब्लेम असतो,
जेव्हा खंबीर राहायचं असतं तेव्हा
त्यांना मोठेपणा दाखवुन मागे व्हायचं असतं.

मुली कठोर बोलून सुद्धा नात्यात गुंतुन राहतात.
आणि मुलं कमी बोलुन सहज निघून जातात.
हे असचं असतं म्हणून प्रेमला दिले गेलेले सर्व शब्द अधुरे आहेत..."

विचारात मन आसवात भिजलं होतं, अंतरात मन कोलाहल करत होतं, आता उठून जावं आणि जाब विचारावा त्याला ह्या विचाराने जणू ओढीत चिंब झाल होतं.

"प्रियाला प्रीत कळेना!
मन धीर धरेना,
सख्यारे...
तुला प्रीत कळेना!
मनाचा गुंता सुटेना,
सख्यारे...
तुला प्रीत कळेना!
मी सक्षम असतांना,
अविश्वास तुझ्यात कसा कळेना!
काय रे, सख्या, तुला प्रीत कळेना!
मज पंख नाही प्रिया, तुज गाठू कशी कळेना!
प्रीत तुझी माझी अखंड असतांना,
माझ्या प्रियाला प्रीत कळेना !
मन धीर धरेना,
सख्यारे...
तुला प्रीत कळेना!"

काय करावं हा विचार अनुच्या मानत घोळत होता. माझी प्रीत कळलीच नाही अंकितला, ह्या मानसिकतेने बेचैन झाली होती.आणि, तिला आता अंकितला भेटण्याचे वेध लागले होते. कधी त्याला भेटून बोलावं असं झालं होतं, पण मागच्या काही महिन्यापासून ती कुठे गेलेली नव्हती.

॰ೀ॰

भाग २. एक आतुर भेट .

अनुच कुठेच लक्ष लागत नव्हतं. तिच्या अंतरमनाचा अस्वस्थपणा शरीरावर दिसायला लागला होता. सतत प्रेमाच्या वाऱ्याने हलणाऱ्या फुलाप्रमाणे राहणारी; आज अलगत शिरलेल्या कोमेजल्यागत शांत झाली होती. तिला फुलवणारा प्रेमाचा वारा कुठल्या दिशेने वाहतोय ह्या विचारणे भान हरवले होते अनुचे.

अनुला बरं नाही अशी घरात चर्चा होती. अनुला बर नाही, हे कळल्यापासून तिच्या बाबांना चुकल्यासारखं झालं होतं. पोरीला जास्तच धारेवर धरलंय कि काय असंच त्याना वाटत होतं. अनु मात्र अंकितच्या पत्राने, मनाने अशांत आणि शरीराने शांत झाली होती.

न्यूज़ पेपर दाखवत बाबा तिला म्हणाले,

"अनु, हे बघ पेपर मध्ये इंटरव्हिवसाठी जाहिरात आली आहे.

जावून ये उद्या.

काय सुरु काय आहे तुझं, काय बिनसलं?"

बाबाला होकार देत अनु काहीच बोलली नाही. पण अनुलाही मनात फार आनंद झाला, तिला तर घरातून निघण्यासाठी एक कारण भेटणार होतं. इंटरव्हिव नंतर सरळ अंकितच्या गावी जावून त्याला पत्राचा जाब विचारायचा असं तिने ठरवलं.

तीच मन जाब विचारण्यासाठी अधीर झालं होतं. मनातल्या मनात बडबडन सुरु झालं, तशी तिने स्वतःची पूर्ण तयारी केली होती. मनात तिने तर अंकितला ध्रारेवर धरलं होतं पण तो पुढे आल्यावर किती बोलणार होती तिचं तिला ठावूक.

सकाळी बाबांना त्या अमेरिकेतल्या मुलाच्या घरच्यांचा फोन आला. त्यांचा मुलगा महिन्याभरासाठी आलेला असून ते आज संध्याकाळी अनुला बघायला येत आहेत, असं ते बोललेत. बाबाच्या आनंदाचा पारावार राहिला नव्हता. ते सगळ्यांना फोन करायला लागले होते.

हे ऐकून अनुची तारंबळ उडाली होती, तिच्या मनाचा वेग अंकितच्या दिशेने वाढला होता. तिला सर्वात आधी अंकिताला जाब विचारायचा

होता. बाबांना दुपारपर्यंत परत येण्याचं आश्वासन देवून ती निघाली. मनात खुप चिंता, प्रश्नांचे डोलारे, विचारांचा गुंता आणि डोळ्यात पाणी असूनही तिने इंटरव्हिव दिला.

शॉर्ट लिस्टची वाट बघत गुमान विचारात ती बसली. काही वेळातच तीच नाव शॉर्ट लिस्ट मध्ये लागलं. दोन दिवसांनी तिला संपूर्ण कागदपत्र घेऊन बोलावलं होतं.

अर्धी लढाई तिने जिंकली होती. घरच्यांना थांबण्यासाठी आणि अंकितला वेळ देण्यासाठी भक्कम कारण भेटलं होतं. मनात विचार धाव घेत होते तसं तशी हृदयाची गती वाढत होती.

तिने सरळ अंकितच्या गावची तिकीट काढली आणि जावून पोहचली. तिची एक मैत्रीण त्याच्याच कॉलोनीत राहत होती. ती आधी तिच्याकडे गेली. अंकितची चौकशी केली, तर कळलं, कि तो दोन दिवस झाले घरी नाही, बाहेर गेलाय. हे कळल्यावर तिच्या पायाखालून जमीन निसटली, मन ओरडून ओरडून म्हणत होतं,

> “*"काय करावं मज कळेना....*
> *प्रीया रे तुला प्रीत कळेना..."* ”

इकडे अनुकडे, अमेरिकेचे पाहुणे येणार, म्हणून जोरात तयारी चालू होती. जवळपासच्या गावची नातेवाईकही जमा झाली होती, काका, मामा, आत्या, मावशी सर्वांनी अगदीच कौतुकाने हजेरी लावली होती. सगळ्या कॉलोनीत अनुचीच चर्चा होती.

तेवढयात, अंकित अनुच्या गावी पोहचला होता. तो सर्वात आधी पोस्टात गेला. त्याने अनुला पार्सल भेटलं कि नाही ह्याची चौकशी केली, आणि नाराज झाला.

अनुला ज्या दिवशी त्याने पार्सल आणि पत्र पाठवलेलं, त्याच दिवशी संध्याकाळी UPSC चा निकाल इंटरनेटवर आला होता.

आणि, तो, ती परीक्षा पास झाला होता. लवकरच त्याची पोस्टिंग होती. तो लगेच दुसऱ्या दिवशी मुंबईसाठी निघून गेला होता. कागदपत्रांच्या अंतिम तपासणी नंतर तो मुंबईहून सरळ अनुच्या गावी

पोहचला होता. मनोमन आपण चूक केलीय असच त्याला वाटत होतं.

त्यानी कसलीही पर्वा न करता अनुच्या कॉलोनीत पाय ठेवला. बघतो तर काय! अनुच्या घरासमोर मोठ्या मोठ्या गाड्या लागल्या होत्या. त्याने शेजारच्या छोट्या मुलाला विचारला तर कळलं कि अनुला अमेरिकेचा मुलगा बघायला आलेला आहे.

पायाखालीची जमीन सरकली होती, तो कसा बसा हे ऐकून उभा होता. आपण भयंकर मोठी चूक केली आणि आता सगळं संपल असाच विचार त्याच्या मनात घोळत होता. त्याने हिमंत करून टाकलेला पाय मागे घेतला आणि डबडबल्या डोळ्यांनी तो तिथून निघाला.

परत निघतांना पावलं जड झाली होती. राहून राहून अनुच्या दारात जावसं असा मनाचा अट्टाहास त्याला तिथून निघू देत नव्हता. आपल्या हातून भावनेत चूक झाली हे त्याला कडून वेळ झाला ही खंत मनात ठेवून भावना कुचकरून पावलांना रागाने ओढत निघाला होता तो.

इकडे, अनुचा शेवटचा प्रयत्नही फसला होता. मत्रिणीच्या खांद्यावर रडून रडून थकली होती ती. घरचे काळजी करत असतील म्हणून तिने घरी फोन करून तिच्या नौकरीची बातमी दिली आणि यायला अजून थोडा वेळ होईल असं सांगितलं. बाबांकडून कळलच होतं, कि पाहुणे तिची वाट बघत आहेत म्हणून.

अंकितच्या गावाला अखेरची भेट, असं मनात म्हणत ती बस स्टॉपसाठी मैत्रिणिसोबत निघाली. मनातल्या आठवणींना आणि साठवणींना पूर आला होता. डोळ्यात अश्रुनी दाट गर्दी केली होती पण अडकून होते पापण्यांमध्ये.

ओठ थरथरत होते पण शब्द फुटत नव्हतेच. मनातच उध्वस्त झालेल्या स्वप्नांच्या महालांना पडतांनाचा विचार सोसवत नव्हता तिला. त्या वेळचा तो नेहमी हवासा वाटणारा गार वाराही त्रासदायक वाटत होता तिला.

स्वच्छ वाऱ्यातही गुदमरली होती ती. ती कातरवेळ तिला कातरत होती, मनाचे असंख्य काप पडले होते, पण तरीही मन अंकितच्या प्रेमात होतं.

अंकितचीही मनस्थिती वेगळी नव्हती तो तर स्वतःलाच दोषी ठरतवत गुदमरत होताच. त्या पूर्ण बसच्या प्रवासात तो स्वतःवर कहीदा रागावला होता. हुंदका फुटत होता आणि तर्जनी सहज डोळ्या जवळ पोहचून पापण्यांना पुसत होती.

ती कातरवेळ दोघांच्याही मनाला कातत पुढे सरकत होती. दोघेही एकमेकांच्या आठवणीत परतीच्या मार्गाला निघाले होते. दोन्ही आतुर मनांना एक आतुर भेट गरजेची होती.

तेवढ्यात अंकितला तिच्या गावच्या बसमधून उतरतांना पाहून अनुला आनंदही झाला आणि आश्चर्यही. कुणाचीही पर्वा न करता तिने त्याला धावत जावून गच्च मिठी मारली. अंकितही स्वतःला आवरू शकला नाही. दोघेही ढसाढसा रडत होते. सोबत सर्व आसमंत शांत होवून तो मिलनाचा सोहळा बघत होता.

मैत्रिणीने आवाज दिला आणि दोघेही भानावर आले. एकमेकांवर आरोप-प्रत्यारोप, हसणं, बोलणं आटोपलं होतं. त्या एका भेटीने अलगत मनातले स्वप्नांचे महाल पटापट बांधल्या गेली होती.

हादरलेल मन गदगद झालं होतं. अंकित अनुला बस स्टॉपवरून सरळ त्याच्या घरी घेऊन गेला. गेल्या गेल्या आईला बोलला,

"ही तुझी होणारी सून आहे,
दुसरी कुठलीही मुलगी मला समजून घेवू शकणार नाही.
तेव्हा तुझा सुनेचा शोध थांबवं."

अंकितची आई हक्का-बक्का झाली होती. तिला कदाचित काय बोलावं कळलंच नाही; तिच्यासाठी हे नवीन होतं पण तिनेही ठामपणे म्हटलं,

"ते तुझं काहीही असो बाबा,
मला माझी सून गुपचूप घरात आलेली चालणार नाही.
तू ठरवलंच आहेस तर माझ्या होकार किंवा नकार
ह्याला तुझ्यासाठी काही अर्थ नाही.
ही मुलगी तुझी होणारी बायको आहे हे मान्य मला,
पण आधी आत्ता तिला तिच्या घरी सोड.
असं मी हिला घरात घ्यायची नाही"

अंकितलाही ते पटलं होतं. तोही भावनेत तिला घरी घेवून आला होता. जरा वेळ घरी थांबून त्याने अनुला बस स्टॉपवर आणलं, अनुने घरी फोन करून ती निघाली म्हणून सांगितलं; बाबा रागवले होते तिच्यावर.

इकडे अनुकडे, अजून अनु आलेली नाही म्हणून सर्वच गोंधळून गेले होते. सहा वाजायला आले होते, बाहेर अंधार पडला होता तसा सर्वांच्या मनालाही विचारणे अंधारलं होतं. बाबानी परिस्थिती संभाळण्यासाठी अनुला नौकरी लागल्याची बातमी पाहुण्या मुलाला सांगितली.

तेव्हा तो उत्साहात म्हणाला,

"व्हा, अश्याच मुलीच्या शोधात होतो मी,

अमेरिकेतला मुलगा बघायला येणार ह्यातच मुली खुश होतात,

आणि स्वतःचा विचार करत नाहीत. आवडलं मला,

तुमची मुलगी मला माझी बायको म्हणून आवडेल.

तिच्यासाठी आम्ही एक-दोन दिवसात परत येतो.

काही हरकत नाही."

बाबांनी हात जोडले आणि पाहुण्या मुलाने हात हातात घेतले. त्याचे हे शब्द ऐकल्यावर बाबांचा अनुवरचा राग लगेच संपला आणि त्यांना गौरांकित व्हायला झालं. पोरीने नशीब काढलंय असं घरात सर्वच बोलत होते.

अनुच्या स्तुतीने घर दणाणून गेलं होतं. पाहुणे टीका लावण्याचे तयारीने दोन दिवसात येतोय असं बोलून निघाले होते.

पाहुणा मुलगा जाम खुश होता, नुसता अनुचा फोटो बघून तो लग्नाला तयार होता. त्याच्या घरच्यांना तर अनु आधीच पसंत होती. आनंदात त्याने लहान बहिणीसाठी त्याच्या मित्राचं चांगलं स्थळही सुचवलं होतं.

लहान बहिणही सुखावली होती. घरच्यांना सगळे योग जुळून आल्यासारखे वाटत होते. अनुची स्तुती घरात प्रत्येक जण करत होतं.

इकडे अंकितने अनुला घरी बोल असं समजावलं,

"मी काहीतरी मार्ग काढून तुला बघायला येतो.

फक्त तू तुझ्या घरी आपल्याबद्दल सांग.

म्हणजे तशी कल्पना दे त्यांना, मी आता आईला बोललो ना."

अनुने त्याचा हात घट्ट पकडला, अंकितकडे भावनिक होवून ती बघू लागली,

"अरे घाबरायला होतं मला, पण आता बोलावं लागेल,
पर्याय राहिला नाही."

"आणि पर्याय आपल्याला काढावा लागेल हे विसरू नकोस."

"हुम्म, पण तू येशील ना माझ्या घरी?"

"अनु, हे काय बोलणं झालं, माझ्यावर विश्वास ठेव ग,
एकदा झाली चूक, कळून चुकलं मला
अवघड आहे मला जगणं तुझ्याशिवाय...
आता प्रेमात तुझ्या माझ्या मला सारंकाही मान्य ग,
पण तू हवी मला माझी संगिनी म्हणून...
देशील ना साथ..."

अनुने हातात हात देत होकार दिला आणि त्याने तिला बसमध्ये बसवून दिलं. मनात त्याच्याही वादळ उठलं होतं. आता पुढे त्याला आणि अनुला वाट चालायची होती.

अनुपुढे अश्या परिस्थिती घरी सांगणं फार मोठे चॅलेंज होतं. गुंता सुटण्याऐवजी खूपच गुंतला होता. एकीकडे आठ वर्षाचं प्रेम आयुष्यभरासाठी वाट बघत होतं, तर दुसरीकडे जन्माची नाती होकाराच्या अपेक्षेत होती.

अनुला बघायला आलेल्या मुलात काहीच इंटरेस्ट नव्हता. पण घरात तो पसंत होता. बाबांनी आधीच होकार कळवल्यामुळे आता सारंकाही अवघड होवून बसलं होतं.

उलट मुलगा अमेरिकेचा असल्याने सारच पटकन घडून येणार होतं, वेळ हातात नव्हता. मग अनुला वेळ घालवायचा नव्हता. काय असेल घरच्यांची प्रतिक्रिया माझ्या अनपेक्षित नाकारानंतर ह्या विचाराने अनु हादरली होतीच.

पण प्रेम होतं तेही विचार करून केलेलं मग माघार घ्याची नव्हतीच अनुला.

भाग ३. कांदेपोहें

अनु जशी घरी पोहचली तशीच सर्वांच्या कौतुकाचा विषय ठरली. आई, बाबा, काका, काकू सर्वच लाड करत होते. लहान बहिणीने गच्च मिठी मारली. भाऊ चिडवत होता. बच्चे पार्टी अनुच्या जवळ येवून खेळत होती. अनुचा चेहरा लाल झाला होता, जणू ती लाजत होती असचं सर्वाना वाटत होतं,

आत्या जवळ येवून म्हणाली,

"गुणाची खाण आहे माझी अनु.

घरण्याचं नाव काढलं पोरीनं,

आता तुझ्या बरोबर सगळेच जाणार की अमेरिकेत.

गुणाची ग माझी बाळ..."

आणि मग सर्वच हसायला लागले. घर कौतुकाने गदगदत होतं आणि घरातल्यांची मन उत्सवात होती. मावशीने पापा घेत मिठीत घेतलं आणि आशीर्वाद देत हातावर ५०० रु ठेवले आणि निघाली, परत येते ग तुझ्यासाठी असं म्हणत.

घर आनंदाने दुमदुमत होतं आणि अनु मात्र शांत, स्वतःमध्येच गुरफटलेली होती. तिच्या मनात सारखा विचार सुरु होता, कसं बोलावं अंकितबद्दल हा प्रश्न तिला होताच. सुरुवात कुठून करावी हेही तिला सुचत नव्हतं. कसं तरी सर्वांमध्ये तिने स्वतः सावरलं, बहिणीने पाहुण्या मुलाचा फोटो तिला दाखवला. तिने बघितला आणि खोलीत निघून गेली.

कसा बसा वेळ सरकत होता तिच्यासाठी. पण घरात उत्साह होता. घरच्यांच्या मनाला कसं दुखवायचं हा विचार तिला दुखवत होता. रात्र त्याच विचारात गेली, पण ठरवता येत नव्हतं. तरीही विचार पक्का होता, सकाळी घरच्यांशी बोलायचं कसं ह्याच विचारात रात्रभर डोळाही लागला नाही तिचा, अवघडली होती नात्यात आणि प्रेमात. प्रेमाची माणसं तर हीही होती, एका प्रेमासाठी ह्यांची मन दुखणार ही जाणीव तिला होती.

सकाळी घरचे सर्वच चहा पीत असतांना, भाऊ सारखा चिडवत होता. आई बाबा टीका लावण्याच्या कार्यक्रमाविषयी गप्पा करत होते. अनुला आता राहवलच नाही आणि ती सरळ चिडली, भावाला रोखून बघत म्हणाली,

"ये चूप, मला त्या अमेरिकेतल्या मुलाशी लग्न करायच नाही,
कोण? कुठला? ओळखत नाही मी त्याला.
का उगाच थोपत आहात तुम्ही..."

हे ऐकल्या नंतर क्षणभर सारेच शांत झाले होते. बाबा अनुच्या समोर येऊन बसले, ते तिला एकतार बघत होते, अनुने मनाला घट्ट केलं. आज तिला बाबांच्बाया नजरांना घाबरायचं नव्हतं. आणि अनु पटपट बोलायला लागली,

"माझं अंकितवर प्रेम आहे,
आणि लग्नही त्याच्याशीच करायच आहे.
मला नाही करायचं कुणाशी लग्न. माझं ठरलं आहे."

तिने घरच्यांना अंकितबद्दल सर्वच सांगितलं. आईने हात तोंडावर ठेवला आणि सगळ्यांच्या नजरा बाबांवर वळल्या. सगळं ऐकल्यानंतर बाबा म्हणाले,

"सांग त्याला, समोर येवून बोलायला,
ये म्हणावं रितसर घरी,
घरच्यांना घेऊन. आहेत ना कुणी त्याला?
असं बाहेरच्या बाहेर तुझ्याशीच काय बोलतो?
तुला का समोर करतो?
हिंमत नाही का त्याच्यात माझ्याही बोलण्याची?"

अनुने बाबांकडे रागात बघितलं, नजरेवर नजर पडली, बाबांनी नजर फिरवली... ते घरातून निघून गेले. भावाने अनुला मुर्खात काढलं. बहीण फुगूनच बसली. आईला काहीच सुचत नव्हतं म्हणून ती स्वयंपाक घरात गेली.

अनु एकटीच बेठकीत बसून राहिली. सर्वे असून सुद्धा आज ती परकी झाली होती. आपण असं काय केलं ह्या विचारात तिच्या मनात परकेपणा वाढत होता. घरच्यांच्या नजरा तिला बोचत होत्या. घरातला

प्रत्येक तिला काहीतरी आता येवून उपदेश देणार कि काय अशी तिच्या मनाने धास्ती घेतली होती. नजरा चुकत ती आपल्याच लोकांच्या नजरेत येत होती.

संध्याकाळी अनुने हळूच आईला सांगून मोठ्या हिंमतीने मैत्रिणीकडे फोन लावला,आणि अंकिताला निरोप द्यायला सांगितलं. अंकितला वडील नव्हतेच, तेव्हा त्यालाच सगळी जुळवा-जुळव करायची होती. त्याचीही तारांबळ उडाली होती. सारंकाही स्वतः सांभाळणे म्हणजे अवघड होतं त्याला. त्यात आईला सांभाळणे म्हणजे महा अवघड.

नातीपण ना, परकी सांभाळायला काही लागत नाही पण रक्ताची नाती सांभाळतांना घाम फुटतो... प्रेम करणाऱ्या त्या दोन जीवांना चांगलंच माहित असते हो...

खरच प्रेमात तुझ्या माझ्या काय काय असते...

त्याने काका, मामा, काही जवळची मित्र सर्वांना बोलावून घेतलं. शिकलेला आणि मोठा असल्याने त्याचा शब्द कुणीच मोडू शकत नव्हतं. तसं सर्वांना त्याचं नवल, आणि त्यात अनु सुंदर, शिकलेली, नौकरी करणारी असल्याने सर्वांना आधीच पसंत. अंकितने सर्वांना परिस्थिती समजवून सांगितली. आणि लग्न पक्कं करण्याच्याच हेतूने जात आहोत असं सांगितलं. त्याच्या आईला हे काही फारसं पटलेलं नव्हतं. तिची घरात कुरकुर सुरु होती. पण तिचाही नाइलाज होता म्हणा. एकुलत्या एका मुलापुढे, आणि त्याच्या मनापुढे ती कुठे काय बोलणार होती. पण बोलणार होती हे नक्की...

इकडे अनुकडे सगळं वातावरण एकदम तंग होतं. कुणीही कुणाशी फारसं बोलत नव्हतं. तिने तिच्या आईला अंकित उद्या घरच्यांना घेवून येतोय असं सांगितलं होतं.

दुसऱ्या दिवशी अनु व्यतिरिक्त तिच्या घरात कुणीच फारसं आनंदी नव्हतंच. तिचा मात्र आनंद गगनात मावत नव्हता. घरी पाहुणे बघायला येणार म्हणून काहीच धामधूम नव्हती.

आईने दुखणं काढलं होतं. मनात तिलाही वाटत असावं मग ते अंगावर आलं होतं. बहीण रागातच होती आणि जोरदार अंतिम परिक्षेचा अभ्यास करत होती. तिच्यासाठी तर आता सारंकाही कठीण झालं होतं.

तिच्याकडून घरच्यांच्या अपेक्षा वाढल्या होत्या.

भावाला असल्या गोष्टीत पडायचंच नव्हतं. त्याचं वेगळेच काही सुरु होतं, मग तो सकाळपासूनच घराबाहेर होता.

लवकर परत येतो असं सांगून बाबा बँकेत निघून गेले होते, दुपारभर ते घरी आले नव्हते, अनुने आईला बऱ्याचदा विचारलं पण अजून त्यांचा पत्ता नव्हता.

अनु आतली बाहेर आणि बाहेरची आत करत काय होईल याच्याच चिंतेत जमेल तसं घर आवरत होती. ती कुणालाच काही बोलूही शकत नव्हती. बोलली तर जे होतंय तेही होणार नाही हे तिला कळलं होतं.

शेवटी चार वाजता पाहुणे येऊन ठेपले. दारात आलेल्या पाहुण्यांचं स्वागत करावं एवढं मात्र घरच्यांना कळलं. पाहुण्यांना बसायला सांगून परत सर्व बैठकीतून निसटले. आईने कुरकुरतच पाणी आणून दिलं. बाबांनी पाहुण्यासमोर येण्यासाठीच अर्धा तास लावला. इकडे अंकितकडल्या लोकांत कुचबुज चालू झालीच होती. परिस्थिती सांभाळतच अंकितच्या काकाने पुढाकार घेतला आणि बोलले,

"मुलांनी ठरवलंच आहे तर लग्नाची बोलणी करूया."

तेव्हा अनुचे बाबा जोरातच बोलले,

"तुमचं सर्वच ठरलेलं दिसते. मग कसली बोलणी?"

"अहो असं नाही, मुलांनी मुलाचं काम केलंय,

आपण तिथी आणि सगळं ठरवूया... काय!"

काका मस्करीच्या स्वरात म्हणाले, आणि हसायला लागले, पण बैठकीत कुणीच हसत नव्हतं. ते लगेच गप्प झाले. परत शांतता होती. बाबा मात्र मनात बोलता बोलता आता रागात म्हणाले,

"ह्यात हसण्यासारखं काय हो, कळतंय का तुम्हाला तरी..."

काका अगदीच अंकितकडे बघून नाराजच झाले. आणि सर्वच बिनसलं. आतापर्यंत सर्वांनी स्वतःला आवरून धरलं होतं. पण आता मात्र भावनांचा बांध फुटला होता. अंकितलाही त्याच्या घरच्यांचा अपमान पाहवला नाही. मनात त्यालाही कसंस झालं सारं आणि मग तोही बिनधास्त बोलला,

"तुम्ही रीतसर लग्नाला तयार नसाल तर तसं सांगा.

हरकत नाही, आम्ही कोर्ट मॅरेज करतो."

कोर्ट मॅरेज हा शब्द ऐकताच बाबा अंकितला रागात बघू लागले, अंकितने नजर खाली केली. त्याच्या आईने त्याला धक्का दिला. तो दचकला, तर बाबा म्हणाले,

"मग घरी यायची तसदी कशाला घेतली हो...

कशाला हा उगाच थाट मांडला!

काय ते चार लोकं तर होतेच तुझ्याकडे.

परस्पर जमलं असतं ना. काय!"

आता मात्र सारेच पाहुणे गडबडले, सारेच अंकितकडे बघत होते. काका तर उठून निघायला लागले होते. अंकितने हात धरला त्यांचा, तर त्याच्या आईने त्याला परत रागाने बघितलं. आता सारं वातावरण तापलं. त्यांच्या ह्या हलाचाली बघत बाबाने सरळ अनुला धारेवर धरलं आणि अनुकडे रागाने बघत म्हणाले,

"ह्या असल्या उद्धट मुलाशी लग्न करायचंय तुला?

ज्याला तुझ्या बापाशी कसं बोलायचं ह्याची अक्कल नाही."

इकडे अंकितची आईही कुरकूर करत अंकिताला बोलायला लागली,

"आम्हाला इथे अपमान करायला आणलं काय रे तू?

या लोकांत काहीच माणुसकी दिसत नाही.

घरी आलेल्या पाहुण्यांचा साधा सन्मान कळत नाही ह्यांना...

बघते आहे ना मी, आपण आलो तेव्हापासूनच.

मुलगी बघण्याचा असा कार्यक्रम असतो का?

चल इथून लवकर, चल...

अजून नाही अपमान करवून घ्यायचा आम्हाला.

असेल तिचं प्रेम तर येईल ती.

नाहीतर पोरींची कमी नाही तुझ्यासाठी.

मुलाकडले आहोत, जरा तरी भान ठेवून बोलावं ह्यांनी."

सगळं वातावरण भयंकर बदललं होतं. अंकित भांबावून गेला होता. अनुला काहीच सुचत नव्हतं. जास्तच झालं तर बाबांना हार्ट अटॅक येईल असंच तिला वाटत होतं. आता तिला हे थांबवायचं होतं. बाबांना बोलण्यात काहीच अर्थ नव्हता. अंकित चुकत नव्हता पण, शेवटी,

मनाला थांबवत ती सर्वांसमोर अंकितवर ओरडली,

"तू गप्प राहा, कळत नाही का तुला!

जास्त बोलू नकोस, काय आणि कसा बोलत आहेस."

"अग मी काय बोललो, फक्त बोलून दाखवलं,

केलं काय आपण... एवढं काय चिडायचं,

उगाच, आम्ही पण ऐकून किती घ्यायचं ग."

अनुच्या डोळ्यात अश्रुने गर्दी केली होती, तिला सारंकाही कळत होतं पण नायलाज होता, तिने हात जोडले,

"तू निघ आधी इथून. मला काहीच बोलायचं नाही."

"अनु, असं काहीही नाही, तू बघ ना जरा कसं सुरु आहे ते."

अनुने काहीही ऐकलं नाही. ती सरळ बैठकीतून रडतच आतल्या खोलीत निघून गेली. अंकितला आपलं काय चुकलं हे कळत नव्हतं. तो अनुशी बोलण्याचा प्रयत्न करत होता पण... तिने दारही खोलीच लावून घेतलं हे तिच्या बहिणीकडून त्याला कळालं. आणि सारं संपलं.

सगळी बैठक रिकामी झाली. कांदेपोह्याच्या कार्यक्रमाची वाट लागली होती. कुणीही कुणाचं नव्हतं.

दोन जीवांची प्रीत कळलीच नाही कुणाला.

अंकितने निघतांना बऱ्याचदा परत वळून बघितलं, आणि अनु चोरून खिडकीतून बघत राहिली. वातावरण खराब होतं असा अंदाज होता तिला पण बाबा आणि अंकित असं काही वागतील अशी अपेक्षा नव्हती अनुला.

दोघेही तिच्यासाठी महत्वाचे होते. बाबांच्या डोळ्यात अश्रू आणि अंकितचा हिरमुसलेला चेहरा राहून राहून तिला आठवत होता. डोळ्याची पापणी न हलवता ती कुठेतरी शून्यात बघत खिडकीत गुमान उभी होती.

घरात सर्वच तिला जवाबदार ठरवत होते. एका दिवसात ती आईवडिलांसाठी कलंक झाली होती. पाहुणे आले आणि अपमानित होवून निघून गेले होते.

तिची प्रीत कुणालाच कळली नव्हती...

भाग ४.सनई चौघडा

सहा महिने लोटले होते, अनु आणि अंकितची एकमेकांशी भेट नव्हती.

अनुला नौकरी लागलीच होती, ती नौकरीच्या निमित्याने घरापासून दूर दुसऱ्या गावी राहत होती.

ऑफिस आणि ऑफिस या व्यतरिक्त तीच दुसरं काहीही नव्हतं.

तिच्या घरच्यांशीही ती फारसं जुळवून घेत नव्हती. बोलणाऱ्याशी बोलणं आणि न बोलणाऱ्याशी न बोलणं एवढच चालू होतं. ती घरीही जाणं टाळायला लागली होती.

कांदे पोहयाच्या दिवशी घडलेले प्रकार तिच्या मनातून जात नव्हता. आणि त्यानंतर तिचं झालेले घरच्यांशी भयंकर भांडण तिला नेहमी भेडसावत होतं. बाबांचं ते रुद्र रूप आणि मग तिचा तो हट्ट तिला राहून राहून सारं विसरायला कठीण करत होता.

अंकितवरचा राग मनात घर करू लागला होता.

"म्हणतात ना,
ज्या व्यक्तीवर आपण प्रेम करतो,
त्याचा रागही आपण तेवढाच करू शकतो,
नाहीका ?"

इकडे, अंकित त्याच्या आईला घेऊन दुसऱ्या गावात जिथे त्याची पोस्टिंग झाली होती तिथे राहायला गेला होता. त्याची आई सतत त्याला मुलींचे फोटो दाखवत असायची पण तो मात्र अनुशिवाय कुणाचाही विचार करू शकत नव्हता. अंकितचे मनपरिवर्तन करण्याचा त्याच्या आईचा प्रत्येक प्रयत्न फसला होता.

अनु एका मीटिंगसाठी बाहेरगावी गेली होती, तेव्हाच तिला अंकित समोर दिसला. अंकित समोर दिसताच ती विरघळली, त्याच्यावरचा राग क्षणभरात निघून गेला. तोही त्याच मीटिंग साठी आला होता.

दोघांनिही शांत बसून गप्पा केल्या आणि निर्णय घेतला. आता कोर्ट मॅरेज करायचं. दोघांनाही नौकरी करणं सोयीचं होईल अश्या ठिकाणी घर किरायाने घ्यायचं, असं ठरलं होतं. लग्न केल्यानंतरच्या परिणामाची काळजी त्यानां होतीच.

एकदा शेवटच घरच्यांना सांगायचं, म्हणून अनु आणि अंकित दोघेही आधी अनुच्या घरी पोहचले. घरी पोहचताच अंकितने अनुच्या बाबांची माफी मागितली आणि सरळ सांगितलं,

"तुम्ही लग्नाला तयार आहात, कि नाही,
हे विचारायला मी आलेलो नाही,
तर आम्ही आठवड्याभरात कोर्ट मॅरेज करतोय.
माझं आणि अनुच ठरलंय तसं"

अनुनेही सहमती दर्शवली,

"बाबा आता मी नाही ऐकणार, माझं ठरलं आहे.
मला अंकितशीच लग्न करायचं आहे."

घरचे अनुला सहा महिण्यापासून बघतच होते, आणि त्यांनाही कळून चुकलं होतं, कि अनुला समजावणं कठीणच नाही तर असंभव आहे. आणि आता वाद घालून काहीच हातात येणार नाही हे बाबा जाणून होते. उगाच विषय वाढवून घरात अशांतता पसरवण्यात त्यांना काहीच साध्य होईल असं वाटत नव्हतं, त्यांनी नजरेने अनुच्या आईची सहमती घेतली, ती मिळताच बाबा सरळ बोलले,

"कशाला? आम्हीच लावून देतो ना,
आम्हाला दुसरीही मुलगी आहे,
समाजात राहायचं आहे.
दोन दिवसाने तुझ्याकडल्या पाहुणे मंडळींना घेवून ये,
साखरपुढ्यासाठी, आम्ही रीतसर लग्न लावून देतो.
महिन्याभराच्या अवधीने लग्नाचा समारंभ करू.
बघ, काय म्हणतोस?
पटत असेल तर आत्ताच टीका लावतो तुला."

नंतर त्यांनी शाल श्रीफळ देऊन घरीच त्याला टीका लावला आणि मग या जावई पाहुणे घेऊन असं म्हणत निरोप दिला.

अंकितने परत येऊन त्याच्या आईलाही कसं बसं तयार केलं. तिचा तर नाइलाजच होता. एकट्या मुलाचं ऐकणार नाही, तर जाणार कुठे. सारखी कुरकुर करत तिनेही साखरपुढ्याची तयारी सुरु केलीच.

खूप कमी वेळ भेटल्याने अनुकडल्यांनी घरच्या आणि काही जवळच्या लोकांतच साखरपुडा ठरवला होता. तसा अनु आणि अंकितला फारसा फरक पडणार नव्हता; पण अंकितच्या घरच्याना ते फारसं आवडलं नव्हतं. त्याच्या आईला आणि पाहुण्यांना, त्यांच्या एवढ्या शिकलेल्या आणि मोठी नौकरी असणाऱ्या मुलाचा साखरपुडा फक्त घरच्यांचं लोकांमध्ये! हे त्यांना पचतच नव्हतं.

लग्नाच्या तयारीला दोन्ही कडले लागले होते, रुसवे फुगवे चालूच होते, आमच्यात असं आणि तुमच्यात तसं ह्या गोष्टीला उधान आलं होतं. अनु आणि अंकित कुणाचही मन लग्नामध्ये दुखु नये ह्याच्याच प्रयत्नात होते. सगळ्यांना सांभाळता-सांभाळता दोन मनांची वाट लागली होती.

खरंच आहे, लग्न दोघांच होत असलं तरी दोन वेगळे वेगळे परिवार एकत्र येत असतात. आणि नाती सांभाळणं म्हणजे तारेवरची कसरत असते. त्यातल्या त्यात लव्ह मॅरेज च अरेंज मॅरेज वळवंतांना खुप जपावी लागतात नाती. सनई चौघडाच्या तालावर वागणं तेवढं सोपं नसतं. दोघांचेही ताल जमायलाच पाहिजे असतात.

समाजाच्या भीतीने का होईना, लग्नाचा जबरदस्त थाट होता. अनुच्या घरच्यांनाही, नातेवाईकांना आणि लोकांना अंकितबद्दल सांगतांना काही कमीपणा नव्हताच. त्याला जॉबही चांगलाच आणि एकुलता एकही होता. होती ती मनात खंत, कि अनुने स्वतःच्या मनाने केलंय. सगळे मनाला आवरून आनंदातच होते.

अनुच्या घरच्यांसाठी, हे लग्न अनुच्या जवाबदारीपासून मुक्त होण्यासाठी महत्वाचं होतं. समाजासमोर आपली शान आणि प्रतिष्ठा तशीच कायम राहावी ह्या उद्देश्याने होतं. त्यांनी त्यांच्याकडून कुठलीच कमतरता लग्नात दिसू दिली नाही गावातल्या पाहुण्यांना. अनुने पळून जाऊन लग्न केलं असतं तर त्यांची वाट लागली असती गावात; मग हा लग्न सोहळा झाकल्या मुठीत लाखाचा होता

त्यांच्यासाठी.

आता एकदाचा विषय संपला म्हणून त्यांच्याकडून लग्न हा फुल स्टॉप होता.

अंकितच्या घरी, त्याचाच दरारा होता, त्याच्या आईला फारसं अनुच नौकरी करणं आणि बिनधास्त असणं खटकत होतच. शिवाय तिच्या घरचेही तिला फारसे पटलेले नव्हतेच. पण, पर्याय नव्हताच.

अनु आणि अंकितसाठी हे लग्न फार महत्वाचं होते. त्यांच्या बेनामी नात्याला लग्नाची मोहर लागणार होती. आठ वर्षापासून जपलेली स्वप्न पूर्णत्वाला येणार होती. आपल्या लग्नाने फारसं कुणीच फार आनंदी होणार नाहीच हे त्यांना माहित होतं. त्यांच्या प्रयत्नांनी आणि प्रेमाने सर्वांना त्यांना स्वीकारण्याशिवाय दुसरा काहीच पर्याय ठेवला नव्हताच. त्यांच्यासाठी लग्नाचा सनई चौघडा मधुर होता.

लग्नाच्या दिवशी अनुला अंकितसाठी सजतांना पूर्ण आठ वर्षाचा क्षण न क्षण आठवत होता. प्रत्येक क्षण आठवून मोहरत होती ती आणि तो मोहरलेला क्षण तिच्या सौंदर्याला बहरवत होता. स्वप्न प्रत्येक्षात उतरायला सज्ज झालं होतं. सनईचा प्रत्येक सूर तिचं अंग अंग पुलकित करत श्वासात आत्मविश्वास भरत होता.

अंकितही सगळी अरेंजमेंट सांभाळून अनुच्या आवडीचा विचार करूनच तयार झाला होता. सनईचे सूर जशे चौघड्याशी मिळत गुंजत होते तसं तसा तो मिलनाच्या वाटेसाठी मनाने सरसावत होता. हृदयात गच्च बसलेल्या अनुच्या छबीला आज नववधूच्या रूपात बघायला मन आतुरल होतं.

दोघांचीही मन जणू म्हणत होती,

“साथ तुझी आजन्म असुदेत,
अशी प्रीत कळूदेत मनाला...
प्रितीच नातं घट्ट असूदेत,
अशी प्रीत कळूदेत जगाला...
प्रीतीच्या सुरुवातीला अंत नसुदेत,
प्रिया रे,

प्रीत कळूदेत प्रीतीच्या नात्याला."

लग्नात मंचावर उभं राहून एकमेकांच्या गळ्यात कधी माळा घातल्या त्यानां कळलच नाही. दोघंही लग्नाच्या बंधनात बांधले गेले होते, आयुष्यभरासाठी!

लग्न हा प्रेमाचा तात्पुरता विजय असतो, खरी लढाई तर समोर उभी असते. त्यांच्या आयुष्याच्या एका अध्यायाचा अंत झाला असला तरी नव्या आणि खडतड अध्यायाची सुरवात सनई चौघड्याच्या नादात जोरात झाली होती.

आज, अनु आणि अंकितच्या लग्नाला दहा वर्ष झालीत. आजही त्यांना घरच्यांची मन जपण्यासाठी सतत प्रयत्न करावा लागतो. तीच मेहनत घ्यावी लागते, जी स्वतःच लग्न जुळवताना घेतली होती, किंबहुना जास्तच.

संसार हा दोघांचा असला तरी त्यात इतरांची भूमिकाही महत्वाची असतेच ना! स्वतःच्या मनाने लग्न केलय ना, मग परिणामाची पर्वा करत सजा तर भोगावी लागेलच.

शेवटी प्रियाला प्रीत कळली, पण अनुची प्रीत उत्तम आहे हे घरच्यांना समजावून सांगतांना आजही तिला तिथेच उभं राहावं लागतं जेथे ती दहावर्षा आधी होती. प्रेमाला जिवंत ठेवण्यासाठीची धगधग आजही तिच्यात कायम आहे.

आज तिला एका कार्यक्रमात प्रेमावर बोलायचे होते, खर तर काय बोलावं हा तिला प्रश्न पडला होता; पण माईक हातात आला आणि ती म्हणाली,

"बऱ् का, मित्र मंडळीनो! प्रेम कधीच कुणाला कळत नसतं.
त्याची जाणीव करून द्यावी लागते.
प्रेम विवाह केल्यानंतरही सगळंच आपलं नसतं,
खूप जपावं लागतं स्वतःलाही आणि इतरांनाही.
प्रेम विवाहात काहीही वाईट घडलं तर
आपण स्वतः जवाबदार असतो आणि चांगलं झालं तर सगळेच.
काळ बदललाय, लव्ह मॅरेज सहज स्वीकारल्या जातात.

पण, खरंच मनातून स्वीकारल्या जातात का?
सर्वसामान्य कुटुंबात आजही चर्चेचा विषय असतोच.
कायद्याने आणि कागदोपत्री कुणीही नकारत नाहीच.
पण कुठेतरी एक सल नात्यांमध्ये खोलवर रुजून असते
आणि जिला औषधचं नाही.

"वरवर दिसणारी सुंदर नाती, 'पोखर' असतात.
प्रत्येकाचा 'सैराट' किंवा 'धडक' होत नाही."

पण, दुखविण्याचे मार्ग खूप असतात...
आणि, लग्न लावून देणं म्हजे सगळं मान्य आहे असही नसतेच.
इथून २० वर्षानंतर जर माझ्या मुलीने,
अगदीच फॉरेनरशी लग्न करतो म्हटलं तर
माझी भूमिका काय राहील,
हे जर मी आत्ताच नाही ठरवलं,
तर तो बदल समाजात येणार नाही.
मुलांच्या इच्छेला आणि निर्णयाला अगदी मनापासून
मान देण्याची संस्कृती आपल्यापासूनच सुरु करायला हवी.
मुलं आनंदी तर आपण आनंदी असं म्हणतो ना आपण!
मग स्वतःचा आनंद मुलांमध्ये न शोधता,
मुलानं द्वारे का शोधतो आपण?"
सभागृहात प्रचंड टाळ्या होत्या आणि अनुच मन भरून आलं होतं.
सावरल स्वतःला आणि निघाली ,
त्याच दुनियात जिथे प्रीत कळत नाही कुणाला.

2

प्रीतीचा हिरवा चुडा

“प्रेम, एक विश्वासाचं अतूट नातं.
दोन मनांना एकाच वाटेवर चालण्यासाठी,
अलगत उकसवणारं प्रेम !
एकाचमध्ये गुंतवून ठेवणारं,
आयुष्यभराचं नातं जपणारं... प्रेम !
समोरचा समोर नाही म्हणूंन प्रेम कमी होत नाही,
तर वाढतं, ते... प्रेम !
तो दिसला नाही तरी तो तिला दिसतो,
अस असणारं, ते... प्रेम ! ”

असचं अतूट प्रेम करणारी पुढल्या कथेची नायिका रेणू. जिला हिरवा चुडा खूप आवडायचा. आयुष्याच्या वाटेवर काही अश्या गोष्टी तिच्या आयुष्यात घडल्या आणि मग तिला साथ देणारा होता तो तिचा हिरवा चुडा. ज्याची साथ तिने प्रेमाच्या वाटेवर कधीच सोडली नाही आणि प्रेमाला जिवंत ठेवलं स्वतःमध्ये आणि सर्वांच्या नजरेतही. हिरव्या चुड्याची खन-खन तिला प्रेमाच अस्तित्व जाणवू देत होतं.

भाग १. ओढ त्या चुड्याची

आईने हिरव्या बांगड्या घातल्या की रेणूचे प्रश्न सुरु व्हायचे, आज तिची आई नात्यातल्या लग्न समारंभासाठी तयार होत होती. रेणूही खोलीत मागेपुढे करत तिला नुसती बघत होती, कधी हे उचल तर कधी ते, सुरु होतं तिचं, आणि आईने हिरव्या बांगड्या हातात घेतल्या,

"आई, लग्नात हिरवा चुडा का घालतात? मी कधी घालणार?
किती सुंदर दिसतो ग हा, आणि हा काचेचाच का असतो?"
आईने तिचा पापा घेतला, तिची वेणी गुंफून दिली, म्हणाली,
"हिरवा चुडा सौभाग्यच प्रतीक असतं, लग्नाच्या उंबरठयावर,
लग्नात, आणि सर्वच समारंभात स्त्रिया हा चुडा सौभाग्याचं
लेणं म्हणून घालतात.
तू लहान आहेस,शहाणी झाली कि
आपण तुझ्यासाठी छोटासा घरच्या घरी कार्यक्रम करू,
मग मी तुलाही घालायला देईल हा हिरवा चुडा."
आणि रेणू परत म्हणाली,
"आई, शहाणं कधी होतात ग? मला लवकर व्हायचंय."
बाबा खोलीत शिरले आणि त्यांनी तिला अलगत कडेवर घेतलं,
"अरे बापरे! माझ्या रेणूला शहाणं व्हायचं! पण,
माझं बाळ तर खूप शहाणं आहे."
रेणू लाडात आली बाबांच्या गळ्यात हात घालत म्हणाली,
"बघ ना बाबा, आई मला म्हणती कि मी शहाणी नाही
आणि माझ्या मापाचा हिरवा चुडा नाही देत मला.
हा गुलाबी प्लास्टिकचा नको मला.
तो बघ ना तिच्या हातात किती सुंदर दिसत आहे."

रेणुच बोलणं सुरु होतं आणि बाबा तिला अलगत आईपासून जरा दूर घेऊन गेले. वडिलांचा खूप जीव होता रेणूवर. बाहेर जाताच ती आतलं सारंकाही विसरली. आणि मुलांसोबत खेळायला लागली.

रेणू १३ वर्षाची होती तेंव्हा तिला महावारी सुरु झाली आणि घरात तिच्यासाठी कार्यक्रम होता. तिच्या मामाने भाचीसाठी सोन्याची तोरडी आणली होती. ती तोरडी आणि हिरवा चुडा घालून सर्व घरात रेणू ठुमकत होती.

हिरव्या चुड्याची खण-खण आणि तोरडीची छन-छन ह्या तालात एवढी रमली होती कि तिला आता कुठलाच दुसरा नाद नको होता.

आता बाबांच्या वागण्यात थोडा बदल झाला होता. येत जाता रेणूला उचलणारे बाबा फक्त डोकयावर लाडाने हात ठेवायचे. रेणूतही बराच बदल जाणवत होता.

तिचं बाबांना अरे तुरे बोलणं बंद झालं होतं. घरातही तिचं वागणं रमत चाललं होतं. घर आवरणं, सुंदर रांगोळी काढणं, घराला नेटकं ठेवणं जणू तिचा छन्द होता. हुशार होती मग अभ्यासात काही काळासाठी हिरव्या चुड्याला विसरली; पण आई जेव्हाही तो घालायची तिला भुरळ पडायची.

तारुण्यात पाय ठेवला आणि मग तिचा हिरवा चुडा घालण्याचा मोह आणखीनच वाढला. आईसोबत बाहेर जातांना, लग्नात, समारंभात साडी नेसून हिरव्या बांगड्या घालून मिरवणं तिला भारी आवडायचं.

तिच्या नाजुकश्या गोऱ्यापान हातावरचा हिरवा चुडा तिलाच तिच्या मोहात पाडायचा... एकटीच रमायची त्या बांगड्यांच्या आवाजात... आणि बाबा तिला ये वेडाबाई असं म्हणायचे.

कॉलेजात असतांना तिची भेट रितेशशी झाली. रेणूच्या सहज आणि सध्या विश्वासू स्वभावाने काहीसा खेचला गेला होता रितेश. त्याला ती खूप आवडायची; पण रेणूने त्याला कधीच जवळ केलं नाही. त्याला ती मैत्रीच्या भावानेच वागवायची.

पुढे भेटी वाढल्या, कॉलेजच्या कामानिमित्य अभ्यासासाठी बोलणं वाढलं आणि दोघांमध्ये खूप घट्ट मैत्री झाली. कॉलेज आणि घरी सर्वानाच वाटायचं की ते दोघे मैत्रीचं नातं जपत पुढे लग्न करणार. आणि रीतेशही हेच मानून होता की आज नाही तर उद्या रेणू त्याच्या प्रेमात पडेल. म्हणून तो काहीसा गुंतत गेला होता तिच्यात. तिच्यासाठी सदा तयार असायचा. वाट बघत होता तिच्या मनाच्या होकाराची.

लग्न सराईचे दिवस होते, रेणू मस्त नटून थटून आईसोबत नात्यात लग्नाला गेली होती. तेव्हा तिची नजर रंजितवर खिळली. त्याचा रुबाब आणि बोलण्याची पद्धत खूप तिला आवडली. त्या लग्नातच ती त्याच्याशी बोलण्याचे बहाणे शोधत राहिली. तो जिथेही असायचा ती तिथे जायची. अगदीच जेवणाच्या रांगेत तिची त्याला बघण्याची तिच्याशीच ओढ लागली होती.

रंजितच्या ते लक्षात आलं आणि त्याने तिला समोरून जावून विचारलं,

"लग्न करणार का ह्या पायलटशी?"

रेणूला काही सुचलं नाही, रेणू लाजली, म्हणाली,

"लग्न? तुम्ही पायलट आहात?"

"हो लग्न, हो मी पायलट आहे वायुसेनेत,

चालणार नाही का?"

"अहो, असं काय बोलता तुम्ही."

"तुम्ही किती वेळच्या माझ्या मागे आहात.

मग बोलावं लागलं ना. आता आम्ही सज्जन माणूस बाबा,

वरून सैन्यात आम्ही,

आणि आपण आम्हाला कितीवेळच्या अश्या बघत आहात.

काय म्हणतील हो लोकं."

रेणू आता घाबरली, इकडे तिकडे बघू लागली, तिला आता जाणवलं होतं की ती रंजितला बघत आईला सोडून दूर इकडे आली होती. रंजितने तिला असं सर्वांसोमोर म्हटलं होतं हे ही तिला आता कसंस करवून गेलं.

आता सर्व आपल्याबद्दल काय विचार करतील ह्या नादात ती तिथून जावून आईजवळ जावून उभी राहिली. तिच्या त्या लाजण्यातला गोड होकार अलगत टिपला रंजितने.

त्यालाही ती आवडली होती. पहिल्या नजरेत जणू प्रेमांकुर फुललं होतं. आता प्रकार उलटला होता, रंजित आता त्या लग्नात तिच्या मागेपुढे करत होता. लग्न झालं आणि रंजितने मनातच रेणूशी लग्न करण्याचा निर्णय घेतला.

घरी आल्याआल्या त्याने त्याचा निर्णय घरी सांगितला, रंजितने रेणूची पूर्ण माहिती काढली. स्वतः घरच्यांसोबत तिच्या घरी तिला मागणी घालायला पोहचला.

रंजित वायुसेनेत पायलट होता आणि महिन्याभराच्या सुट्टीवर घरी आला होता. त्याच्याही घरी मुली बघणं सुरूच होते मग त्याच्या घरी काहीच प्रॉब्लेम नव्हता.

नाजुकशी, हळवी रेणू भावली होती रंजितच्या आईला. आणि सासऱ्यांसाठी तर रंजितची पसंतच त्यांची पसंती होती. मुली बघण्याच्या कार्यक्रमाला त्यांच्या कडून आता विराम होता. आई वडील आनंदी झाले होते की ह्या वेळी रंजित लग्न करून जाणार म्हणून.

लग्न पंधरा दिवसात असावं अशी विनंती होती रंजितची. त्याच्याकडे खूप सुट्या नव्हत्या. रेणूच्या आईला मात्र महिन्याभरात लग्न काढणं पटत नव्हतं.

एकुलता एक आणि रुबाबदार, वायुसेनात अधिकारी मुलगा वडिलांना पटला होता पण धुकधुक वाटत होती.

तशी त्यांनी सर्व चौकशी केलेली पण एकटीच मुलगी आणि एवढ्या घाईत लग्न काढणं ह्या विचाराने चिंतीत होते ते. रेणूच्या मनाला दुखावण्याची हिंमत तर नव्हतीच त्यांची.

सहज शब्द टाकला बाबांनी रेणुपुढे,

"रेणू बाळा, आता जरा थांबूया ना,

रंजितरावं पुढच्या फेरीत आले की लग्नाचं बघू."

"तुम्ही म्हणताय, पण हेच त्यांना बोला ना बाबा."

"पण मी तुला विच्रातोय ग?"

"मला त्यांच्याशीच लग्न करायचं आहे मग आता का नाही?"

रेणू मात्र रंजितच्या नावाचा हिरवा चुडा घालायला अगदीच मनाने तयार होती. मनोनन स्वप्नाचा महाल उभा झाला होता तिच्या ज्यात राजा राणी सुखाने नांदतांना बघत होती ती.

༄

भाग २. लग्नगाठ

रेणूच्या हट्टापुढे कुणाच काहीच चाललं नाही. रंजित तिला मनापासून आवडला होता आणि तिने त्याच्या नावाचा हिरवा चुडा घातला.

तो रंजितच्या नावाचा हिरवा चुडा तिला अप्रतिम सुख देत होता. आता तिला तो हिरवा चुडा कधीही घालता येणार होता. सुखावली होती मनातून आणि तिचं रूप अजूनच खुलत चाललं होतं.

मेहंदीच्या दिवशी जणू ती स्वतःच्या प्रेमात होती. महेंदीच्या त्या गोऱ्या हातावर, सोनेरी बांगड्यांसोबत हिरव्या कंच बांगड्या बघून ती स्वतःच मोहरून गुलाबी होत होती आणि तिला तसं बघून रंजितच हृदय वर खाली होत होतं.

लागलीच लग्नाचा सोहळा होता. घरात धामधूम होती. दोन मन अवघ्या काही दिवसात अगदीच जवळ आले होते. नवलाईचे दिवस भरा भर उडाले.

आणि, लग्न होवून वीस दिवस झाले होते, रंजितच्या सुट्या संपल्या होत्या. रंजितला आता परत सेनेत रुजू व्हायचं होतं. तसं त्यालाही जाणं अवघड होतं, मन रेणूपासून दूर व्हायला तयार नव्हतं, पण जायचं होतं. तिथेही त्याने देश रक्षणाची शपत घेतली होती.

ती त्याची तयारी करून देत होती. तो तिच्या जवळ आला, अलगत मिठीत घेत म्हणाला,

"तुझा हा हिरवा चुडा जुना होईपर्यंत मी परत येतोच,
बस, हा गेलो आणि हा आलो...
लग्नाच्या सुट्या असतात ग आम्हाला,
त्या घेवून लगेच महिन्याभरात येतोच;
तुझ्यासाठी नवीन हिरवा चुडा घेवून...
ह्या हिरव्या चुड्याची खण-खण
माझ्या हृदयाला तुझ्याजवळ ओढून लवकरच आणेल."

नंतर त्याने तिला गच्च मिठी मारली, मिठी जरा मोकळी केली आणि अलगत हनुवटी हातात घेत म्हणाला,

"कॉलेज सुरु ठेव हा! अभ्यास कर, नुसती पत्र लिहत बसू नको मला.

माझी तुला फोन करण्याची वेळ ठरलेली आहे, ती मात्र चुकवू नकोस."

नुसता होकार देवून तिनेही लाजतम्हटलं,

चालेल का हो इकडे, मी कॉलेज केलेलं.

"चालेल म्हणजे, माझं बोलणं झालंय आई बाबांशी,

बाबा सोडतील तुला कॉलेजला.

आणि आई सकाळी सर्व आवरत जाणार,

तू मध्ये मध्ये सुनबाजी करू नकोस."

नुसता परत होकार देत ती हातातल्या बांगड्या जणू खेळत होती, परत अल्लडपणे म्हणाली,

मग, तुम्ही लवकर या, मी वाट बघते इकडे."

तिने लाडवांचा डबा बॅगमध्ये ठेवला, रंजित तिला चिडवत म्हणाला,

"लवकर, हुम्म्म, तू हे बेसनाची लाडू कधी शिकतेस,

आईकडून, सुगरण आहे माझी आई,

घे शिकून मग बघ कसा येतो लवकर..."

रेणूने आता त्याच्याकडे बघितलं, म्हणाली,

"काय हे, मी कालच शिकले ना, तुमच्यासाठी करतांना,

जा बाई, म्हणतात कॉलेज कर आणि दुसरीकडून म्हणतात लाडू शिक...

काही जमायचं नाही मला, तुमच्याशिवाय."

"अरे बाबा, राणीसरकारला राग येतो, पण आवडला हा राग आम्हाला,

खात्री आहे लाडू गोडच असणार."

रेणू फुगल्यासारखी बाजूला झाली, तर रंजित म्हणाला,

"अहो तुम्ही कॉलेज करा, बसं येवढच... "

रेणू परत झटका देत बाजूला झाली, आणि आता रंजितने तिला मिठीत ओढलं,

"काय वेडाबाई! कळलं ना राणीसारकर! फक्त कॉलेज!

निघायचं ना आम्ही! देताय ना परवानगी?"

रेणूने लाजतच रंजितला होकार दिला. घरात रेणूचे आई बाबाही आले होते, मग धामधूम होतीच आणि रंजितला सर्वांनी निरोप दिला. घर रेणूचे गुणगान गाण्यात मग्न होतं आणि रेणू रंजितच्या प्रेमात पार बुडाली होती.

रेणू सासरी होती, सर्वांच्या प्रोत्साहनाने तिने कॉलेज सुरु केलं. रंजितशी रोज बोलणं होतच असायचं. घर, कॉलेजचा अभ्यास सगळं सुरळीत सुरुच झालेलं. रंजितला जाऊन महिना झाला होता. तो आता सुट्या घेऊन परत येणार होता. त्याचं दिवसात रेणूला बऱ नाही म्हणून घरात काळजी सुरु होती. आणि मग गोड बातमी घरात गोड व्हायला लागली.

त्याला ही गोड बातमी त्याच्या आईकडून कळली. आणि त्यालाही आनंद झाला. आता त्याला रेणूला भेटण्याचे वेध लागले होते. आता दोन जीवांना भेटायला जायचं आहे ह्या विचाराने तो खूप सुखावला होता.

रेणू आई होणार होती. रंजितच्या आईला तिचं खूपच कौतुक होतं. तिला बारा वर्षाने रंजित झाला होता पण रेणूला महिन्याभरात दिवस गेले होते. सुनेला इथे ठेवू कि तिथे असं झालं होतं त्यानां.

त्या दिवशी त्याची घरी जाण्याची पूर्ण तयारी झाली होती आणि शेवटची शिफ्ट संपली कि तो निघणार होता. रंजितला सकाळपासूनच रेणूला बघण्याचं वेड लागले होते. तो तर आधीच मनाने रेणूजवळ पोहचला होता. त्याच्या सहकार्यांनी त्याला चिडवलंही आणि जेष्ठ अधिकाऱ्यांची रेणूंसाठी गिफ्ट्स दिली होती. आज एक वीर, प्रेमवीर झाला होता.

सकाळीच रेणूला फोनकरून त्याने संध्याकाळपर्यंत निघण्याची कल्पना दिली होती. तिला भेटण्याचे स्वप्न नजरेत ठेवून तो त्याच्या विमानाचा शेवटचा राऊंड करायला निघाला... विमान हवेत होतं. शत्रूची सीमारेषा त्याला बघायची होती. सारंकाही सुरळीत आहे ह्याची खात्री केली त्याने. तसे संकेतही परत छावणीत पाठवले. आता परतणार होताच...

...पण परतच आला नाही.

वायुदलाने बराच शोध घेतला पण रंजितच विमान वायुदलाच्या कुठल्याच दिशेत दिसत नव्हतं. सर्व रडार सिस्टिम चेक करून झाली होती. कुठेच विमान अपघात दिसत नव्हता. वायुसेनेसमोर खूप मोठा प्रश्न होता. वायूसेनेची बचाव विमानं ही परत आले होते. त्यांच्या अथक परिश्रमानंतरही काहीच हातात लागले नव्हते. शेवटी दोन दिवसांनी वायुसेनेने त्याला मृत घोषित केलं.

इकडे रेणूला नकोसे भास होत होते आणि तिचे डोळे रंजितच्या वाटेवर होते. मनाला समजवत ती हिरवा चुड्यात रमत राहिली. दोन दिवस झालेत तरी रंजितचा पत्ता नाही म्हणून मग त्याच्या घरात तारांबळ उडाली. वायुसेनेत फोन करणं सुरु झालेलं पण काहीच कळत नव्हतं. अचानक घरी वायुसेनेचे काही अधिकारी आले; पण सोबत रंजित नव्हता. त्याच सामान त्याच्या ऐवजी घरी आलेलं, ज्या सामनात सर्वात वरती होता तो हिरवा चुडा.

रेणू धावतच बाहेर आली, रंजित येवजी त्याच सामान बघून गडबडली. खाली कोसळली तिचा हिरवा चुडा फुटला. अधिकाऱ्यांनी सांगितलेल्या गोष्टीवर रेणूचा जराही विश्वास नव्हता. ती गुमान एक एक बांगडी हाताने उचलत होती आणि मग तिच्या खोलीत शिरली. दार बंद करून गुमान होती.

रंजितचा खरंच मृत्य झाला ह्या गोष्टीने धक्क्यात होतं घर. सासर निर्जीव झाल होतं, आणि माहेरी श्वास तेवढे सुरु होते. जेमतेम महिना झालेला लग्नाला, घरा समोरच्या तुळशी रुंदावनाची सजावट अजूनही नवीन होती. लग्नात मिळालेलं आंधन आणि बक्षीस अजूनही उघडल्या गेली नव्हती, घरातली आणि नात्यातली सर्व मंडळी अजूनही लग्नाच्या आनंदातच होती. विश्वासही बसत नव्हता. अजूनही लग्नाची वार्ता दूरूदूर गेलेली नव्हती, आणि हे समोर होतं.

रेणूसामोर अक्ख आयुष्य होतं. माहेरी बाबा तर कोसळलेच होते, रेणुच कसं? आणि बाळही येतेय ह्या अनेक विचारांनी धास्तावलेल्या आईचे शब्द संपले होते. हिरव्या चुड्यात रमणारी आता हिरवा चुडा कधीच घालू शकणार नाही हा विचार असह्य झाला होता माहेरी.

भाग ३. संघर्ष एकटीचा

रंजित ऐवजी त्याचं सामानच घरी आलेलं बघून सर्व आनंदाचे दुःखात रूपांतर झाले. रेणू निःशब्द झाली होती. तिला तर काही सुचतही नव्हतं. रंजित ह्यात नाही हे सत्य तिला असत्य भासत होतं. तिला कुणाशी काहीही करायचं नव्हतं. तिच्या मनाशी पक्क होतं. रंजित येणार...

तिची सासू आता तिलाच दोष द्यायला लागली होती, त्याचं दिवशी ती तिला सर्वांसमोर म्हणाली,

"ही ही अवदसा आली घरात...

खाऊन बसली माझ्या एकुलत्या एका लेकाला."

रेणू मात्आर अबोल झाली होती, ती कुणाच्या कुठल्याही शब्दावर प्रतिउत्तर देत नव्हती. रेणूच्या घरच्यांना आता काळजी होती कि रेणूचे शब्द कशे फोडायचे.

ती कुणाशीच बोलत नव्हती. सतत हिरवा चुडा घालून त्यातल्या बांगड्या मोजत राहायची. राकेश रेणूचा मित्र आणि घरच्या सर्वांनाच कळून चुकलेले कि आता रंजित कधीच येणार नाही. पण, रेणूला कसं समजावणार हा प्रश्न होताच. मग राकेश आणि रेणूच्या घरच्यांनी मिळून रेणूला बोलतं करण्यासाठी एक युक्ती केली.

काही दिवसांनी, एक तार वायुदलातून आली. ज्यात लिहिलं होतं कि रंजितच्या विमानाच्या काही खुणा त्यानां सापडल्या आहेत. आणि ते लवकरच त्याच्या पर्यंत पोहचतील.

मग रेणूचं वागणंच बदललं. सर्वांना वाटत होतं कि रेणू बोलती होईल आणि हळूहळू रंजित जगात नाही हे सत्य मानून घेईल पण तसं झालंच नाही, तिची आस आणि विश्वास वाढतच होता.

तिला आई बाबानी खूप आग्रह केला सोबत घेऊन जाण्यासाठी आणि सासरचेही तिला जा असंच म्हणत असूनही ती तिथेच राहली. गर्भ अवस्थेत तिने कॉलेज सुरु केलं.

एकांतात गर्भातल्या बाळाशी बोलत रंजित बद्दल सांगायची. त्यावेळस तिच्या मित्राची म्हणजे राकेशची तिला खूप मदत झाली. तिला मुलगा झाला आणि पदवी संपल्यानंतर तिने नौकरी करण्याचा निर्णय घेतला.

नौकरीच्या शोधात ती राकेशला नेहमी भेटायची, मग तिच्याबद्दल गावात चर्चा असायची. राकेशही तिच्या जवळ आला होता. त्यात दिवसात राकेशने तिला एकटं गाठलं आणि म्हणाला,

"हे बघ रेणू, माझ्याशी लग्न कर,

तुझ्या सर्व दुःखांवर समाधान आहे.

कशाला त्या रंजितची वाट बघते? तो कधीच येणार नाही...

तुझ्या मुलाला आपण चांगल्या बोर्डिंग मध्ये टाकू आणि

आपली नजर राहीलच ना त्याच्यावर.

नकारात नाहीच मी त्याला."

रेणू अगदीच नजरेला नजर भेदून म्हणाली,

"हे बघ, तू मला आजही मित्रा समान आहेस.

तुझ्या मदतीसाठी मी नेहमीच ऋणी राहील.

पण रंजितची जागा नाही घेवू शकत तूला.

प्लीज मैत्री राहू देत ना..."

त्याने खूप विनवणी करत तिचा हात पकडला आणि तिने तेव्हाच जोरात तो झटकला... आता मात्र राकेशला राग आला,

"काय ग? एवढं काय त्यात?

तुझं हे रूप ओसरलं ना कि कुणी तुझा हात धरणार नाही.

माझ्या सारख्या मुलाला नाकारतेस तू!

तुला एकटीला जगण्यात त्रास झाला कि येशील ना माझ्याजवळ.

काय ते प्रेम प्रेम करतेस? तो काही परत येणार नाही.

मीच चिठ्ठी लिहिली होती ती.

तू सावरावी म्हणून. फार चूक झाली माझी.

जा, वाजव आपला हिरवा चुडा.

खूप विश्वास आहे ना तुला त्याच्या परतीवर.

मी पण बघतोय कधी यतो तुझा रंजित हिरवा चुडा घेऊन."

रेणू त्याला हसतच म्हणाली,
"मला तर ती चिट्ठी वाचल्यावरच कळलं होतं,
तुझं लिखाण बघून,
पण माझ्या पोटात असणाऱ्या बाळाने मला शक्ती दिली
आणि रंजितच्या सामानासोबत आलेल्या हिरव्या चुड्याने विश्वास.
कदाचित तू हे चिठ्ठीबद्दल बोलला नसता तर
मी तुझ्याकडे आले ही असते, पण..."

आणि नंतर ती जरा स्वतः त शिरत सिम्त हसली, तिच्या चेहऱ्यावर कमालीची चमक होती. तिच्या हसल्याने राकेश आणखीनच चिडला, त्याला आता तिचा राग येत होता, म्हणाला,

"कसला अभिमान आहे ग तुला? ना नवऱ्याचा पत्ता!
ना सासरचे तुला मान देत आणि आता तर मुलगाही आहे,
तुझ्याजवळ काहीच नाही. जगण्यासाठी नुसतं प्रेम
आणि आंधळा विश्वास लागत नाही.
खरी खुरी साथ आणि पैसा लागतो सन्मानाने जगण्यासाठी
हक्काचं घर लागते. आहे तुझ्याकडे ह्यातलं काही?"
रेणू अगदीच अभिमानात म्हणाली,
"अगदीच बरोबर बोललास तू,
अभिमान तर आहेच मला,
कारण मी ह्यातलं काहीच गमावलं नाही.
ते माझं आहे आणि ते माझ्याकडे परत येणारच.
तरीही तूला मी अभिमानी वाटतच असेल
तर तो माझा मला दिलेला सन्मान आहे.
तू मला काय देणार?
दुःख वाटतंय कि मी आज एक मित्र गमावला."

असं म्हणून ती तिथून डोळ्यात गर्दी केलेल्या अश्रुना पुसत निघून गेली.

छोटश्या रोहितच पालकत्व एकटीने स्वीकारलं. नातवाच्या ओढीने आता सासुबाई तिच्याशी बोलायला लागल्या. आणि मग नातवाच करण्यात आनंदी असायच्या. मुलाची वाट बघतच सासऱ्यांनी जीव

सोडला आणि परत दुःखाचा डोंगर कोसळला.

सासूबाईची चिडचिड वाढली होती. सारख्या रेणूच्या मागे बडबड करायच्या, ती त्यांना घाबरायची, पण मनाला सावरत परत त्याचं करायची.

आई वडिलांनी रेणूच्या दुसऱ्या लग्नसाठी आता प्रयत्न थांबवलेच होते. राकेशवर त्यांचा विश्वास होता पण तोही आता त्याच्या मार्गाने निघाला होता.

शाळेत कारकूनची नौकरी आणि घर असं सगळं सुरु होतं रेणुच. तिचं विश्व ती सांभाळत होती, रंजितने निघतांना वचन घेतलं होतं,

"रेणू, घरातल्या प्रत्येकाची काळजी घ्यायची ग,

अगदी तुझीही, माझ्या वतीने. मी येतोय परत..."

ह्या शब्दांमध्ये रेणूने स्वतःला कायम अडकवून ठेवलं होतं.

त्याच्या आठवणीत, आठवड्यातून एक दिवस ती वायुदलाला फोन करून विचारपूस करायची, त्या एका दिवशी तिची तळमळ काय असायची ते तिलाच माहित असायचं. चौकशी करून झाली की अश्रू पुसून परत नवीन जोमाने कामाला लागायची.

दर वर्षी रंजितच्या वाढदिवसाला हिरवा चुडा घालून मंदिरात त्याच्या सुखरूप परतीसाठी पूजा करायची. गावातल्या स्त्रिया तिला नावबोटं ठेवायच्या. त्या दिवशीही ती अशीच नटून मंदिरात होती. तिची आई आणि सासूही सोबत होत्या. तिच्या सासूची मैत्रीण तिला म्हणाली,

"बाई ग, बंद कर आता, काय हा वेडेपणा!

तो काही परत येणार नाही तुझ्या अश्या वागल्याने.

आता दहा वर्ष झालीत कशाला प्रथेचा अपमान करतेस."

त्यावर सासू म्हणाली,

"काय करावं ह्या पोरीचं? आम्ही तर मानलंच आहे

आता कि रेणू रंजितची विधवा आहे;

मग हे तिला समजवण्यात आम्हालाही त्रास होतो."

आई म्हणाली,

"काय ते माझी पोरं... जेमतेम १५ दिवस ते लग्नाचं आयुष्य जगली.

स्वपन होतं ते पण स्वप्नात प्रत्येक्षात पोरं पदरी पडलं तेवढंच

आणि तिला ते समजावणं कठीण झालं आहे आता."
तेवढ्यात रेणू ओरडत म्हणाली,
"हे काय चाललं आहे तुमचं... समजावणं कठीण आहे असं.
मला पक्कच समजलं आहे कि रंजित येणारच.
माझ्या हिरव्या चुड्याची खण-खण,
आणेलच त्यानां ओढून माझ्यापर्यंत."
तर काकी परत म्हणाल्या,
"बाळा, तुला बघून आता राहवत नाही ग,
कशाला तुझ्यासोबत सर्वांचा जीव टांगणीला लावतेस...
आमच्यासाठी तर तुचं आहेस सर्वकाही.
तुझं हे असं वागणं बघितलं की राहवत नाही ग बाळा,
सत्य स्वीकार कर ग. नको करू असं, तुला असं बघून त्रास होतो."
"काकी, मी सत्यच सांगते आहे ना. मी वाट बघत आहे त्यांची,
तुम्हाला नाही बोलले ना वाट बघायला.
रंजित नक्की येणार, बघाच तुम्ही."

काकीने अश्रू पुसले, तिचा जवळ येवून मुका घेतला. सासूकडे बघून नकाराची मान हलवली. सगळ्यांनी रेनुकडे बघून दीर्घ श्वास घेतला, आणि मंदिरातून निघाल्या.

खरंच, रेणूचा विश्वास जिंकेल का हा प्रश्न सर्वांच्या मनात रेंगाळत होता. आशा त्यांनाही होती की निदान रेणूचा विश्वास जिंकावा पण सत्य सर्वांसमोर होतंच ना!

रेणूच्या आईला सतत काळजी वाटत राहायची तिची, रोहित तिचा मुलगा तिला समजून घेईल कि नाही ह्या प्रश्नात नेहमी अडकायची ती.

रेणूने एकटीने त्याचं पालकत्व पत्करलं होतं. त्यात सासूने कधी तिला मान दिला नव्हता की कधी तिच्याशी प्रेमाने वागली नव्हती. तिची ती कदाचित तिच्या जागी बरोबर असावी पण माहेरी रेणूची काळजी मात्र आई बाबाला कात्रत असायची.

आता लक्ष रोहितवर होतं. तो मोठा होतं होता. हुबेहूब रंजितची छबी त्यात दिसायची. त्याचं करण्यात रेणू व्यस्त झाली होती.

भाग ३. परतीची वाट

रोहित मोठा होत होता आणि त्याचे प्रश्नही वाढत होते.

"आई, बाबा अजून कसे येत नाहीत ग?

माझ्या मित्राचे बाबा तर दर सुट्यांमध्ये येतात,

ते पण वायुसेनेत आहेत.

"बाबा पण येतील, त्यांना नाही जमत यायला.

पण तुझे बाबा नक्की येणार."

पाच सहा वर्षाचा रोहित दर सुट्यांमध्ये वडिलांची वाट बघत सुट्या घालवायचा, रडायचा. आणि मग रेणूचे बाबा त्याला तिकडे घेवून जायचे.

वडिलांची कमतरता त्याच्या आयुष्यात भरून काढतांना रेणूचा वेडेपणा वाढत होता. तिलाही सतत त्याला संभाळण अवघड जातं होतं. त्याच्या प्रश्नाने तिला त्रास होतं नव्हता तर उत्तराने त्रास होतं असायचा. रंजित येणार हे तिला माहित होतं पण ते सर्वांना सांगणं तिला कठीण होतं चाललं होतं.

रोहित बारा वर्षाचा असतांना त्याला वर्गमित्रांनी तुझी आई वेडी आहे असं म्हटलं आणि रोहितने त्या मुलाला खूप मारलं होतं.

त्याची आई घरी येवून रेणूशी खूप भांडली, नको नको ते बोलून गेली.

त्यानंतर रेणू अजूनच कमी बोलायला लागली. लोकांशी फारसं बोलत नसायची. कामापुरतं बोलून घरी निघायची, ती निघताच लोकं मागे बोलायचे. शब्द कानी पडत असत पण रेणू त्या शब्दांना मनात शिरू देत नव्हती.

रोहितची समजूत काढतांना रेणूच्या पालकत्वाची कसोटी लागली होती. दुहेरी भूमिका निभवतांना मनाची रस्सी खेच चालली होती. मन हुलकावणे घेत होतं आणि तन थकत होतं.

रंजितच्या परतीची वाट खूप लांब झाली होती पण वाट सुटली नव्हती. कदाचित त्या वाटेवर ती एकटीच चालत होती; सर्वांनी आशा सोडली होती रंजितच्या परतीची. त्यांच्या घरीही सहसा कुणी भटकायचं

नाही.

गावातल्या बायका कुजबुजायच्या कि ती पांढऱ्या पायाची आहे. रंजित वायुसेनात होता हि गोष्ट तर गाव कधीच विसरलं होत. एका सैनिकाच्या कुटुंबाला त्याच्या नापश्चात समाजाच्या अवहेलनेला सामोरे जावे लागत होते. देशभक्त कुटुंब वाडीत पडलं होतं.

रोहितला कळायला लागलं आणि आईला बर करायचंच ह्या उद्देशाने अभ्यासाला लागला होता. त्यालाही मित्र फारसे नव्हतेच मग एकटेपणा दूर करण्यासाठी आजीच्या जवळ बसुन फक्त अभ्यास करायचा.

वर्षा मागून वर्ष गेलीत पण रेणूचा विश्वास वर्षानुसारखा वाढतंच होता. तो रंजितच्या परतीच्या वाटेवर पुढे चालतच होता. तिची ओढ आणि हिरव्या चुड्याच आकर्षण काही कमी होत नव्हतं.

मुलगा रोहित आता तरुण झाला होता. त्यालाही आईच असं वागणं वेड्यासारखंच वाटायचं आणि त्रासही व्हायचा. कधी आईची काळजी तर कधी रागही येत असायचा.

सण-वार, वाढदिवस असोत कि काहीही, रेणू सारखी हिरवा चुडा घालून घरात फिरायची. घरच्यांना तिच्या अश्या वागण्याची सवय झाली होती पण रोहितला ते चुकल्यागत नकोस वाटायचं. नातवाच्या बोलण्याला सासूबाईही दुजोरा द्यायच्या.

एक दिवस रोहित जरा आवाज वाढवून आईला म्हणाला,

"काय आई? काय आहे हा वेडेपणा? बाबा नाहीत या जगात.
मी कालच वायुसेनेत फोन करून सगळी रीतसर चौकशी केली आहे. आणि तुला माहित आहे का?
तिथले लोकांनाही तुझ्या नेहमीच्या फोनची सवय झाली आहे. म्हणून ते एकच उत्तर देतात."

त्याने आईला धरून हलवलं आणि म्हणाला,

"का मानत नाहीस ग तू? तुला लोक वेडी म्हणतात
आणि मला वेडीचा मुलगा. माझ्यासाठी तरी स्वीकार ना आता.
फोड हा हिरवा चुडा. माझ्यासाठी तर बाबा कधीच नव्हते.
तुचं माझा बाबा होतीस, आहेस आणि असणार ग."

रेणू निःशब्द त्याच्याकडे एकतार बघत होती. डोळ्यात दाटलेले अश्रू हळूच पुसत केविलवाणा होत रोहित परत आईला म्हणाला,

"मला समजते ग आता. लहान नाही ग मी,

कि तू मला रोज सांगशील कि बाबा लवकरच येणार म्हणून.

उद्या माझा वाढदिवस आहे अठरावा."

रेणू धावतच खोलीत गेली आणि दार लावून बसली. सासूबाई तिच्याकडे जायला वळल्या तर रोहितने थांबवलं त्यांना,

"आजी प्लिज, राहू देत आईला एकटं.

कळू देत तिला सत्य.

किती वेळ लागणार तिला हे स्वीकारायला.

तब्येत बघितलीस ना तिची? डॉक्टर म्हणालेत,

तिने हे जेवढ्या लवकर स्वीकारलं तेवढ उत्तम.

ती स्वतःला फसवते आहे. मरत आहे ती आतून."

सासूही ते ऐकून शांतच झाली होती. गुमसुम कोपऱ्यात रेणू खोलीतून बाहेर येण्याची वाट बघत होती. तिलाही कोण होत तिच्याशिवाय. वरवर तिला बोलणारी मनातून तिलाच साथ देत होती; खर तर तिच्या विश्वासावर जिवंत होती.

दोघेही रेणूची वाट बघत बाहेर बसले होते. रेणू बाहेर आली आणि आपल्या कामाला लागली. जणू रोहितच्या बोलण्याचा तिच्यावर काहीच परिणाम झाला नव्हता.

रोहितला त्याच्या एवढ्या बोलण्याचा आईवर फरक पडला नव्हता म्हणूंन वाईट वाटत होतं आणि आईने त्याचं असं तिच्याशी बोलणं मनावर घेतलं नाही म्हणून बरंही.

रेणू मात्र मुलाच्या वाढदिवसाच्या तयारीला लागली होती. रेणूचं सगळंच सुरळीत सुरूच होतं आणि तिचा विश्वास रंजितच्या परतीचा वाढतच होता. आता तर ती स्वतःशीच बोलायची आणि घरच्यांसाठी ते असह्य झालेलं. रोहितला उत्तम नौकरी लागली.

आईच्या काळजीने त्याने तिला आता नौकरी करू नको असं स्पष्टच सांगितलं. आता रेणू घरी असायची, घर नीट करण्यात, रंजितच्या गोष्टी जपून ठेवण्यात तिचा वेळ जायचा.

रंजितला जावून पंचवीस वर्ष झाली होती. त्याचा वाढदिवस होता, आणि आजच रोहितच्या लग्नाच्या गोष्टी ठरल्या होत्या.

रेवती आणि रोहित कॉलेजपासून सोबत होते. रेणूबद्दल रेवतीला हलकसं माहित होतं. अचानक समोरून रोहितच स्थळ तिच्यासाठी आलं आणि तिने नकार दिला नाही. रोहितची होणारी बायको रेवती डॉक्टर होती वेड्याच्या दवाखान्यात. साखरपुडा झाल्या झाल्या ती रेणूशी बोलायला लागली होती. त्यांच्या संवाद वाढत होता. होणाऱ्या सासू म्हणजे रेणू तिच्यासाठी एक केस स्टडी होती असं म्हणायला हरकत नव्हती.

रेवती एकच होती जी रेणूच सर्वच ऐकून नोट करायची. तिची प्रत्येक गोष्ट ऐकायची, तिच्या सहवासात रेणूच्या तब्येतीत फरक पडत होता. रणू रेवतीसोबत खुलत होती.

हलकं फुलकं काहीही ती रेवतीला सांगायची, मनमुराद हसायची, रंजितबद्दल सांगतांना सारंकाही विसरायची. जणू रेवतीच्या येण्याने तिच्या आयुष्यात तिला समजणार मन आलं होतं.

लग्नात रेवतीला तिने स्वतःच्या हाताने हिरवा चुडा चढवला, आणि रेवतीने सर्व परंपरा झुगारून त्याचं स्वागत केलं.

रेणू आता बऱ्यापैकी सर्वांसोबत बोलायची, तिची ते बोलण्यातलं वेंधळेपण राहिलं नव्हतं. तिचा विश्वास अजूनही होता रंजितच्या परतीवर पण आता तसं ती सारखं बोलत नसायची.

सासूला नॉर्मल करण्याचं श्रय रेवतीला मिळालं होतं आणि आत्मविश्वासही. पण तिच्या मनात सासूचा विश्वास होताच कि सासरे रंजित आहेतच अजूनही. आणि तो सेन्स असतोच कुणाकुणाला हे ती जाणून होती...

मदत करायची होती तिला त्यांना, पण कशी? हा प्रश्न गंभीर होता.

उलट रोहित तिला ह्यात काहीही मदत करायला तयार नव्हता. तिचा तिचं शोध घेत असायची. तिनेही वायुदलात चौकशी सुरु केली होती. बऱ्याच बाबी तिच्या लक्षात आल्या होत्या. आता तिला नक्कीच सासूला मदत करायची होती.

भाग ४. अतूट बंधन

लग्न ओटोपले होते आणि चार दिवसाचं रितसर कौतुक पदरात घेवून रेवती तिच्या दवाखान्यात कामासाठी रुजू झाली होती. त्या दिवशी तिचा राऊंडचा वार्ड बदलला होता.

काही नवीन केस तिच्या हातात आल्या होत्या. स्वतःच्या कॅबिनमध्ये फाईल चाळत बसली होती आणि तिची नजर एका फाईल वर पडली. आणि त्या पेशंटला तिला भेटण्याची इच्छा झाली, ती खूप अपेक्षेने त्या पेशंटकडे धावतच गेली.

तिथल्या नर्ससोबत चौकशी सुरु केली. नर्स म्हणाली,

"मॅडम हे अशेच रोज तुटलेल्या बांगड्या जमा करून त्याला जुडवतात,

आणि त्यातच खुप रमतात, काहीच बोलत नाही.

ह्यांना दहा वर्षा आधी कुणीतरी दवाखान्यात दाखल केलेलं.

मग दोन वर्षा आधी हे आपल्या शहरात आणल्या गेले.

कुणाला त्रास देत नाही. रोज एकच काम असते त्याचं,

बांगड्या चे तुकडे शोधणं आणि त्यांना जोडणं,

हिरव्या बांगड्यांचे तुकडे तर ते जपून ठेवतात.

त्यांच्या राहण्या खाण्याच्या पद्धतीवरून असं वाटतं

कि ते खुप मोठया घरचे असावे. थाटात जेवण करतात.

मागच्या डॉक्टरांनी त्यांना कुणाचा त्रास होवू नये

म्हणुन इकडे सेपरेट खोली दिली आहे."

रेवती शांत झाली, मनात तिच्या प्रश्नांनी गोंधळ केला, तो पेशंट रोहितसारखा तिला दिसत होता. म्हणाली,

"काळजी घ्या त्यांची आणि प्रत्येक अपडेट पाहिजेत मला ह्यांचा."

आणि ती भरलेल्या डोळ्याने कॅबिनमध्ये आली. पण अजून तिची शंका पूर्ण झाली नव्हतीच, कि तो वेडाच रंजित आहे? त्याच्या फाईल वर नावच नव्हतं. तो पेशंट फक्त नंबरनेच ओळखला जायचा. अगदीच

निदान लावणं कठीण झालं होतं तिला. पण त्याचं दिसणं रोहितसारखं वाटत होतं तिला.

घरी आली आणि सासूशी खुप गप्पा केल्या. रंजितबद्दल जेवढं माहित करून घ्यायचं होतं तिने ते सर्व सासूकडून काढून घेतलं आणि दुसऱ्या दिवशी रेणूच्या हातून हिरवा चुडा स्वतःच्या हातात घालून घेतला आणि साडी नेसून दवाखान्यात गेली.

दवाखान्यात पोहचल्यावर स्टाफला जरा नवल वाटलंच पण तीच नुकतच लग्न झालं असल्याने मग खूप स्तुती झाली.

ज्या वॉर्ड मध्ये तो वेडा पेशन्ट होता त्या वॉर्डमध्ये रेवती मुदाम फिरत होती आणि बांगड्यांचा आवाजाने पेशंट अस्वस्थ होत होता हे ती नोट करत होती.

दोनदा ती त्याच्या समोर जावून उभी राहिली, जरा हसली, उगाच जवळपास उभं राहून स्टाफशी बोलत होती. हातवारे करत बांगड्यांचा आवाज होईल असं काही करत होती.

दुसऱ्या दिवशीही तिने तसंच केलं. पण आज ती त्यांच्याशी बोलली, त्यानां औषधी देतांना बांगड्यांचा आवाज होत होता मग हळूच प्रेमाने म्हणाली,

"तुमच्या जवळच्या बांगड्या देणार मला? त्या हिरव्या बांगड्या...."

समोरून उत्तर आलं,

"रेणूसाठी घेवून जायच्या आहेत. ती वाट बघत असणार."

उत्तर ऐकताच रेवती शंभर टक्के शुअर झाली कि ते तिचे सासरे आहेत. फ्लाईट कॅप्टन रंजित देसाई. तिने ताबोडतोब त्यानां अतिदक्षता वार्डीत हलवलं आणि उपचार सुरु केले. आता ती त्यांचा अभ्यास करू लागली होती. सतत सोबत असायची. रेवती बांगड्या घालून नाही आली कि ते तिला विचारायचे,

"तू बांगड्या नाही घातल्या आज?

माझ्या रेणूला खुप आवडतात."

आणि रेवती त्यानां बोलतं करण्यासाठी प्रयत्न करायची. पण त्यांना काहीच आठवत नव्हतं. रेणूच्या नावाशिवाय त्यांच्याकडे काहीच आठवणी नव्हत्या.

रेवती शेवटी निर्णयावर पोहचीली कि आईला बघितल्यावर त्यांना सर्व आठवेल. मग तिने खास परवानगी घेवून त्यानां घरी नेण्याचा निर्णय घेतला. रीतसर सर्व डॉक्टरांना समजावून सांगून कायदेशीर ती त्यानां घरी नेणार होती. बाबांच्या वाढदिवसाला त्यांना घरी घेवून जायचं तिने ठरवले होते.

इकडे, नेहमीप्रमाणे रंजितच्या वाढदिवसाला हिरवा चुडा घालून रेणू मंदिरात जायला तयार झाली होती. तिची आईही त्या दिवशी आलीच होती.

तेवढ्यात हॉस्पिटलची मोठी गाडी दारात येवून उभी राहिली. सर्वच एकदम घाबरले. काळजीने बघू लागले, जरा शांतता होती.

आधी रेवती गाडीतून बाहेर आली आणि तिने बाबा अशी हाक मारत रंजितला हात दिला. रंजितला रेवती हात धरून घरात आणत होती आणि सर्वच थांबलं होतं.

रेणूला समोर बघताच रंजितने तिच्यासाठी सुनबाईने घेवून दिलेला हिरवा चुडा तिच्या हातात दिला आणि म्हणाला,

"बघ, मी आलोय ना!

तुझा हा हिरवा चुडा जुना होण्याच्या आधी.

हा नवीन घाल बघू..."

सर्व घर आनंद अश्रूने वाहून निघालं होतं. सासूला विश्वास होत नव्हता आणि घर परत दुमदुमल होतं. रेवती आणि रोहितने एकमेकांना गच्च मिठी मारली आणि ती हळूच त्याला म्हणाली,

"बाबांना काहीच माहित नाही आहे, तेव्हा थोडं सावकास...

त्याना फक्त हिरवा चुडा आणि आईच माहित आहे,

आठवेल सर्व हळूहळू."

अग पण मी त्यांना पहिल्यांदा बघत आहे. तुला कसं सांगू...

हो कळतय मला,

पण तू लगेच आठवावा अशी बाबांची परिस्थिती नाही रे,

जार सावकाश घेऊया ना आपण."

रोहितने रेवतीचे आभार मानले होते, सांर घर तिचं कौतुक करत होतं. रेणूचा विश्वास जिंकला होता.

गावात तिला सन्मानाने बोलणं सुरु झालं होतं अचानक सर्वांचा तिच्यासाठी दृष्टीकोन बदलला होता. वायुदलातून रंजितसाठी फोनही येऊन गेले होते.

रोहितला आईवर खुप अभिमान वाटत होता. रेवतीच्या नावावर परत एक सक्सेसफुल केस लागली होती आणि तिची पोस्टिंग लवकरच डीन म्हणून होणार होती. घर आनंदाने डोलत होतं. रंजितला हळूहळू सर्वच आठवायला लागले होते.

लवकरचं त्यांची मुलाखात TV वर येणार होती. शत्रूच्या तावडीतून हुशारीने सुटलेला रंजित आणि भटकत त्याला झालेल्या मानसिक त्रासाची कहाणी ऐकायला सर्वच सज्ज झाले होते.

परतीसाठी अभिनंदन म्हणून गावात पोस्टर लागली होती, जागो जागी सत्कार होत होता, आणि रेणू हिरवा चुडा घालून रंजितच्या शेजारी बसत होती.

ती जगाशी लढतांना स्वतःशीही लढतच होती. एक स्त्री जेव्हा प्रेम करते ना, तेव्हा ती हा उचांक गाठते आणि कुणालाच ती मानत नाही.

मानते ती फक्त स्वतःच्या विश्वासाला, अखंड प्रेमाला आणि निःशब्द खंबीर उभी असते येणाऱ्या प्रत्येक वादळाला झेलण्यासाठी. हे रेणूने दाखवून दिल होतं.

3

तो चंद्र होता साक्षीला

एक स्त्री जेंव्हा खरं प्रेम करते तेंव्हा ती निभवते सुद्धा.
    प्रेम ही संकल्पांचा मुळात स्त्रीपासून उगमास आलेली.
    तिच्या अवती भवतीच फिरते मग,
    जी स्रोत आहे प्रेमाचा ती प्रेम करणं सोडूच शकत नाही.
    अशीच काहीशी नायिका आहे पुढल्या कथेची, साची.
    चला भेटूया तिला आणि वाचूया तिच्या यशस्वी प्रेमाची कहाणी,
    जी कुठेतरी परिस्थिमुळे अडकते पण
    परत प्रेमाच्या रुळावर अलगत येतं.
    एक डॉयलॉग आहे,

    "अगर पूरी शिद्दत से किसी चीज़ को चाहो
       तो सारी कायनात आपको उससे मिलाने में जुट जाती
है!"

अशीच एका अधुऱ्या प्रेमाची पूर्ण कहाणी,
    ज्याचा चंद्र होता साक्षीला.

भाग १. प्रेमांकुर

कॉलेजचा पहिला दिवस होता, साची अगदीच उत्साहात होती. तिच्या ओघात ती कॉलेजला पोहचली. ती जशी गेटमधून आत शिरली, तसं कुणीतरी तिच्या गाडीसमोरून धावलं, तिने गाडीचा वेग कमी केला आणि तिची टू-व्हिलर सिनिअर्सने घोळक्याने गेटवरच थांबवली आणि तिला गोल गोल चकरा मारायला लागले. त्यातला एक म्हणाला,

"पहिल्या दिवशी गाडी, भारी दिसते बाबा ही..."

दुसऱ्याने तिच्या गाडीची किल्ली काढून हातात घेत, तिसऱ्या सोबत खेळायला लागला.

तिला बघून ते हसत त्या किल्लीसोबत खेळत ते. त्यात मुलीही होत्या, त्यांनी तर चक्क तिच्या केसांना ओढलं, तिची ओढणी लहान मोठी केली.

साची आधीच घाबरट स्वभावाची, असं काही पहिल्याच दिवशी अनुभवाला मिळेल असं तिने कधीच मनात आणलं नव्हतं. कधी ओढणी आवरत तर कधी केसं सावरत होती. आता समोरचे चेहरे तिला ओळखायला येत नव्हते आणि ती हळूहळू ढसाढसा रडायलाच लागली.

तिला असं रडतांना बघून सर्वांना आणखीनच मजा वाटत होती, सारे आता टाळ्या वाजवायला लागले. मध्येच सूर ऐकायला आला,

"अरे, बाळ रडायला लागलं आता..."

दुसरा म्हणाला,

"रॅगिंग घ्या त्याची,

ये नाव, गाव, पत्ता विचार तिला, चार भाषेत."

तिसरी म्हणाली,

"मी पण रडली होती. रडलं म्हणून सोडायचं नसतं.

आपण तर तिला मजबूत करतोय, नाही रे?"

मग काय, आज रडेल, उद्या बघ कशी हसणार..."

"ये बाळा रडू नको...

याहा सब बच्चे होते है, फिर सच्चे होते...

तब जाके ओ पक्के होते है!"

आणि सगळे हसायला लागले. रडून लाल झालेले डोळे आणि अश्रूंनी ओला झालेला चेहरा पुसत साची केविलवाणी खाली बघत होती. अलगत उजव्या पायाचा अंगठा दुसऱ्या पायाने दाबत होती. कंठ अजूनच दाटलेला होता.

तिचा पहिल्या दिवशीचा उत्साह स्वाहा झाला होता. बावरली होती मनाने आणि घाबरली होती तनाने. गाडीची किल्ली भेटवी ह्या आशेत उभी होती. तर एकाने किल्ली तिच्या कडे फेकली.

अलगत सर्वांकडे चोरुन बघत तिने परत तिची टू-व्हीलर सुरु करण्याचा प्रयत्न करत होती पण कुणीतरी तिची गाडीचं मागून धरून ठेवली होती. आणि साची पार गडबडली, ओठातून शब्द निघत नव्हते आणि कंठ अधिकच घट्ट झाला होता.

तेवढ्यात शेवटच्या वर्षात असणारा सुमेध समोर आला आणि तिला बघून मनातल्या मनात स्मित हसला. आणि तिसऱ्या, दुसऱ्या वर्षातल्या मुलांना त्याने तिथून हाताने इशारा करत जायला सांगितलं. सिनिअर होता, त्याच ऐकावं लागलं त्यांना. तोही काहीही न बोलता निघून गेला.

पहिल्याच नजरेत प्रेमात पडला होता. साची होतीच खूप सुंदर, नाकी डोळी तेज. गोरा रंग, हनुवटीवर तीळ, इवलेशे ओठ, सुकुमार सौंदर्याची राणी, पण जरा भित्री आणि बावळट. सतत गोंधळ उडालेला. अभ्यासात जेमतेम, पण विचाराने मजबूत. जिला पाहताच घायाळ झाला होता तो. तिचा बावळटपणा त्याला बावळट करवून गेला होता.

सुमेध कॉलेजचा टॉपर, देखणा. घरची परिस्थिती जेमतेम बेताची, परिस्थितीतून मार्ग काढत इथपर्यंत पोहचलेला. कष्टाची किंमत होती त्याला. अभ्यासात हुशार असल्याने पूर्ण कॉलेजमध्ये चर्चा असायची त्याची. सगळं कॉलेज ओळखायच त्याला. प्रत्येक मुलीच्या निशाण्यावर असायचा तो.

प्रत्येकाला क्लीन बोल्ड करणारा, पण आज विकेट पडली होती त्याची. सुमेधच अलगद प्रेमाच्या चंदेरी दुनियेत आगमन झालं होतं, जिथे बऱ्याच चांदण्या त्याच्यासाठी लुकलुक करत होत्या पण त्याचा

चंद्र मात्र त्याच्या ह्या भावनेपासुन अजाण होता. प्रेम कहाणीला सुरवात झाली होती.

सुमेधने साचीच सर्व वेळापत्रक बनवलं. ती कुठल्या वेळस कुठे जाते, कुठला तास तिचा असतो, हे त्याला सगळंच माहित असायचं. ती ग्रंथालयात येण्याच्या वेळेवर तो नेमका ग्रंथालयाच्या शेजारी उभा असायचा. ती दिसली की नजर चोरून तिला बघायचा. ती कॉलेजला येण्याच्या १० मिनिटाआधी मुख्य गेटवर वाट बघायचा पण ती आली कि तिथून निघून यायचा. त्याचा स्वतःशी खेळ सुरु होता.

सुमेध साचीला पसंत करतो आता हे जवळपास कॉलेजमध्ये कळालं होतं. साचीलाही आता तिच्या मैत्रिणी चिडवत असायच्या. पण अजून सवांद नव्हता दोघांत. पुढाकार कसा घ्यावा हेही ठरलं नव्हतं. एका कॉलेजच्या मिटिंग मध्ये मन घट्ट करून सुमेधने साचीला पेन मागितला. आणि मग हळूहळू नजर पडली की हाय हॅलो पर्यंत गाडी येवून ठेपली.

मग हळूहळू तो तिच्याशी बोलायचा, सिनिअर होता; मग थोडी मदतही करायचा. त्या दिवशी ती ग्रंथालयात जावाच बुक शोधत होती. आणि सुमेधने तिला बुक अलगत हातात आणून दिलं,

"अरे सर, तुम्हाला कसं कळाल मी हे शोधत आहे म्हणून."

"बसं अंदाज बांधला, उद्या पेपर आहे ना हा!"

"आणि हे बुक तर भेटणं शक्य नव्हतं."

"आता अभ्यास कर...

टेस्ट मधले मार्क्स इंटरनल म्हणून दिले जातात."

"हो सर, जरा हा विषय कठीण जातो मला, पण हि बुक छान आहे."

विषय कठीण जातो हे ऐकताच सुमेधला अजून विषय मिळाला होता. त्याने तिला सोबत बसवलं आणि जरा काही लॉजिक, प्रोग्राम तिला समजवत बसला. त्याला तिच्या सोबत वेळ घालवायचा होता.

साचीला हायसं झालं, तसं तिला यातलं समजावं अशी ती नव्हती आणि हेच सुमेधला आवडत होतं. हळूहळू अभ्यासाच्या गप्पा वाढत गेल्या. आणि सुमेधला आता साचीशिवाय काहीच आवडत नव्हतं. तीही ओढल्या गेली होती त्याच्याकडे. तिलाही तो आवडायचा, पण साची

मनातल्या भावना अगदीच सहज गच्च दाबून ठेवण्यात पटाईत होती.

त्यामुळे सुमेधला तिच्या मनाचा थांग पत्ता लागत नव्हता. त्याच्या भावना तो फक्त त्या चंद्राला साक्षी ठेवूनच एकांतात व्यक्त करायचा. स्मित हसायचा आणि परत दुसर्‍या दिवशी तिला बघण्यासाठी तिचे स्वप्न बघत रात्र काढायचा.

वर्ष संपायला आलं तरी सुमेधच काही साचीशी प्रेमाबद्दल बोलणं झालंच नाही. मग अंतिम वर्षाच्या शेवटच्या आदल्या दिवशी त्याने तिला बोलावून एक पत्र दिलं ज्यात त्याने तिला आयुष्यभराची साथ मागितली होती.

> *"प्रिय साची,*
>
> *आवडतेस मला तू, देशील का साथ आयुष्यभरासाठी.*
> *तुझी माझी मैत्री माझ्या अंतापर्यंत हवी आहे मला.*
> *जपायचं आहे तुला त्या शेवटच्या श्वासापर्यंत.*
> *जोडीदार होशील माझी...*
> *प्रेम झालंय ग तुझ्याशी,*
> *वाट बघतोय मी तुझ्या उत्तराची,*
> *माहित आहे तू खुप कंजूस आहेस भावनांसाठी...*
> *तरीही ही एक हाक तुझ्या हृदयासाठी,*
> *देशील ना साथ आयुष्यभरासाठी?*
> *तुझाच..."*

साचीने ते वाचलं, तिच्या भावना टिपत समोर बसलेला सुमेध उत्तराची वाट बघत होता. तिच्या मनाचा वेध घेत तोही तिच्यात शिरत होता. ती कधी हसत होती तर कधी त्याला बघत होती. आता साची बोलणार ह्या प्रतीक्षेत तो होताच.

पण, साची बावळट आणि भरभरून भावना व्यक्त करण्यात कंजूस. परत उजव्या पायाचा अंगठा दुसर्‍या पायाने दाबत गुमान उभी होती. मग तिने पेन घेतला आणि त्यात पत्रात लिहिलं, 'तुझाच मित्र'

आणि त्या मंद-मंद चांदण्याच्या प्रकाशात मंद गतीने गप्प नि चुप्प एक स्मित हास्य देवून निघून गेली.

तिने होकार शब्दात रेखाटला नव्हता पण तिच्या त्या उत्तरातही सुमेधला हवं ते उत्तर मिळालं होतं. त्या लुकलुकत्या चांदण्याच्या पडद्या मागून चंद्राने डोकावत त्या क्षणाची साक्ष नोंदवली होती. सुमेध तिथेच जरात ओरडला होता,

"साची तू फक्त माझी आहेस, फक्त माझी..."

ती खूप दूरू निघून गेली होती पण शब्द तिने ऐकले होते. जरा मागे डोकावून ती परत गुमान निघून गेली.आज प्रेमाला चंद्राची साक्ष लाभली होती आणि संपूर्ण नभ चांदण्यांच्या लख लख प्रकाशत उत्सव मानवत होता.

त्या रात्री सुमेधने त्याच्या रूमवर मुलांना पार्टी दिली, काहींना कारण कळालं होतं काहींना नाही.रात्रभर तो तिच्या विचारात मनाच्या प्रत्येक कोपऱ्याला भेटून आला होता. जसं त्याने प्रत्येक कोपऱ्यात तिला विराजमान केलं होतं.

सकाळी तो नेहमीप्रमाणे तिची वाट बघत उभा होता. ती आली आणि परत त्याच्या मनाचा वंसत बहरला. आता त्यांच्याबद्दल कॉलेजमध्ये जवळपास सर्वांना माहित झालं होतं. कॉलेजला शेवटचा दिवस होता सुमेधचा, तो आज जरा हळवा झाला होता, आताच प्रेमाने नकळत होकार दिला आणि उद्याच त्याला नवीन लढाईसाठी निहायचं होतं. त्या दिवशी तो दिसवभर तिच्याशी गप्पा करत राहिला. संध्या समयी त्याने अलगत तिला चंद्राच्या साक्षीने वचन दिलं,

"अखंड जन्म तुलाच प्रेम करत राहिलं..." तीही न बोलता वचनबद्ध झाली होती.

प्रेमांकुर फुलायला सुरुवात झाली होती. मन गुंतण्याचा खेळ सुरु होणार होता.

भाग २. नात्याची अट

सुमेधच कॉलेज संपलं आणि तो नौकरीच्या शोधत लागला. सुमेध आधीपासून जवाबदारीने वागणारा होता. प्रेम ते होतंच त्याला साचीशी आणि तिच्यावरचा विश्वास त्याचा श्वास होता.

शोधायचं होत स्वतःला त्याला. नौकरी हाच पर्याय होता त्याच्याकडे. घरच्या प्रत्येकाची आस आणि मनामनातला विश्वास होता तो.

वडील थकले होते, आजारी असायचे. आई लोणची तयार करून विकायची ,पण तीही आता थकल्यागत झाली होती. लहान बहीण शिकत होती. सगळ्या घराचा डोलारा सुमेधला सांभाळायचा होता. सगळ्यांचा जीव गुंतला होता त्याच्यात आणि त्याचा साचीमध्ये...

इकडे साची अभ्यासात गुंग झाली. सुमेध नेहमीच साचीला अभ्यासाठी प्रोत्साहन द्यायचा. भेटला की बरच काही शिकवून जायचा. तिला परिस्थितीशी सामना कसा करायचा, हे नेहमीच बिंबवीत होता.

साची झपाट्याने अभ्यासाला लागली होती. फारशी हुशार नव्हती पण आता सुमेधच्या मार्गदर्शनाखाली मेहनती झाली होती. तिच्या घरात तिच्यातला एवढा मोठा बदल आवडला होता.

साची प्रोजेक्टच्या कामासाठी घरातून शहरासाठी निघायची, मग दोघेही भेटायचे. दिवसभर गप्पा करायचे. अश्याच एका चिम्ब पावसाळी संध्याकाळी, एकमेकांच्या सहवासात जन्मोजन्मीच नातं घट्ट करण्यासाठी चंद्राच्या साक्षीने दोघांनी आणाभाका घेतल्या. त्या दिवशी पाऊसात पहिल्यांदा चिंब झालेली साची सुमेधला आणखीनच सुंदर दिसत होती.

ओलं झालेले चिंब अंग एकमेकाला घासत होतं आणि ते दोघेही झाडाखाली आडोश्याला उभे येणाऱ्या जाणाऱ्यांच्या नजरा हुकवत चुकवत स्वतःला सावरत होते. भावना अधीर झाल्या होत्या पण मेंदू त्यांना बधीरहोण्यापासून थांबवत होता. तिचा तो ओला स्पर्श मनात साठवून सुमेधने कसंबसं स्वतःला आवरलं.

पाऊस पडून धरणी शांत झाली, शितल वारा वाहत होता, दोघंही आता घरी निघण्याचा निर्णय घेतला, आणि अलगत साचीने सुमेधच्या

हातात हात देत म्हटलं,

"तू काळजी करू नकोस, मी तुझ्या सोबत आहे.

आधी करिअरवर लक्ष दे.

तुझी साथ मी या जन्मात काय

पुढल्या कुठल्याच जन्मात सोडणार नाही."

सुमेधने तिच्या त्या ओल्या हातचं चुंबन घेतलं, म्हणाला,

"तुझी साथ असतांना आता मागे जाणे नाही.

तू सोबत असतांना आता हरणे नाही..."

आणि त्या सुंदरश्या वचनांना तो चंद्र होता साक्षीला. सुंदरशी स्माईल देत सुमेधने येणाऱ्या जाणाऱ्यांच्या नजरा लपवत अलगत आलिंगन दिलं, तिचा तो स्पर्श त्याने परत अनुभवला आणि साठवून करवून ठेवला. तिला बस स्टॉपवर सोडायला निघाला.

ती निघताच परत ढगांनी नभात गर्दी केली आणि चंद्र दिसेनासा झाला. आताच चंद्राला साक्षी ठेवून साचीने प्रीतीच नातं सुरु केलं होतं. आणि अचानक निसर्ग काय सांगतोय हे सुमेधला कळलंच नाही. तसा तोही मनाने बेभाण झाला होता साचीच्या स्पर्शाने. मनात अनंत प्रेमाच्या लहरी उठत होत्या.

दोघेंही मग्न होते, त्यांच्या कामात आणि प्रेमात. भराभर दिवस जात होती आणि मग सुमेधच्या प्रयत्नांना यश आलं. त्याला लठ्ठ पगाराची नौकरी लागली आणि साची कॉलेजच्या अंतिम वर्षात पोहचली.

सुमेधला वाटलं आता सगळं मनासारख होईल. आणि तो स्वतःला साचीच्या घरी तिला मागणी घालण्यासाठी तयार करत होता.

आज घरच्यांशी बोलायचं म्हूणन खोलीत तयार होत होता तोच त्याच्या आईने सुमेध, सुमेध अशी हाक मारली. तो धावतच त्या आवाजाकडे वळला.

तो बाबांच्या खोलीत आला, बाबा आज जास्तच आजारी दिसत होते, बोलतही नव्हते. कालपर्यंत अगदीच ठणठणीत दिसणारे अचानक सैरावैर दिसायला लागले होते. आई घाबरली होती. घराचे सारे खोलीत जमा झाले होते.

बाबा टक लावून कुठंतरी बघत होते. सुमेधचा आवाज येताच पापणी हल्ली त्यांची. काहीतरी बोलायचं होतं त्यांना, त्याचा हात हातात घेत थरथरल्या ओठांनी म्हणाले,

"चारू... चारूशी लग्न कर, मित्राला वचन दिल होतं मी,

चारुची आयुष्यभर काळजी घेईल म्हणून.

आणि चारुला तू आवडतोस हे तिच्या भावनेतून कळलं मला."

आणि त्यांचा आवाज वाढला,

"हात दे तुझा... तुझा हात दे..."

सुमेधच्या मनावर शब्द मारा करत होते, पण काही बोलण्याची हि वेळ नव्हती, सुमेधने हात समोर केला,

बाबा तिथेच असणाऱ्या चारुला म्हणाले,

"तुझा हात दे पोरी."

तिने हात पुढे केला, दोघाचेही हात हातात ठेवून त्यांनी शेवटचा श्वास सोडला.

सुमेध शून्यात बघत राहिला. क्षणात वडिलांचं छत्र हरवलं होतं आणि प्रेमाला ग्रहण लागल्याची अनुभूती झाली होती. कुठल्या गोष्टीसाठी तो रडत होता हेच त्याला कळत नव्हतं.

अचानक त्याच्या वडिलांचा मृत्यू झाला आणि दिवस पालटली. घरची सर्व जवाबदारी त्याच्यावर आली. वडिलांनी अंतिम क्षणात चारुचा हात त्याच्या हातात दिला आणि वचनात बांधलं त्याला. तो फसला होता वाचनात आणि अडकला होता साचीत.

चारू, त्याच्या वडिलांच्या मित्राची मुलगी. आईवडील अपघातात मरण पावले होते तिचे. तिला असं जवळच कुणी नव्हतं. लहानपणापासून अंगाखांद्यावर खेळत मोठी झाली होती बाबांच्या, मग तेच तेवढे जवळचे होते तिला. सुमेधाचे बाबाही तिची काळजी घ्यायचे. शिक्षणासाठी तीन वर्षापासून बाहेर मुलींच्या वसतिगृहात राहायची.

पण, आता वर्षभरापासून शिक्षण संपल्यामुळे ती सुमेधकडेच असायची. मग वडिलांचं खूप मन होतं तिलाच घरची मोठी सून करून घ्यायचं.

सुमेध दोन्हीकडे अडकला होता. त्याच्या मनाचा गोंधळ तो विराट आकाशाकडे चंद्राच्या साक्षीनेच व्यक्त करायचा. पण उत्तर सापडत नव्हतं. चारू मात्र त्याच्यात गुंतत होती.

साचीची अंतिम वर्षाची परीक्षा झाली आणि दोघेही नेहमीप्रमाणे भेटले. साचीला खूप काही बोलायचं होतं. पण स्वभाव तिचा कधी भावना व्यक्त करणं तिला जमलं नव्हतं, आणि आधी सांगण्याच्या ओघात सुमेधने तिला चारूबद्दल सांगितलं तेव्हा साची गप्पच झाली.

तिचे शब्द आता संपले होते. तिची स्वप्नं फुलण्याधीच कोमेजली होती. एकतार त्या नभातल्या उगवणाऱ्या चंद्राकडे खूप वेळ बघत होती. बराच वेळ दोघांत शांतता होती आणि ती भानावर आली, सुमेधला म्हणाली,

"येऊ देत चारुला तुझ्या आयुष्यात. काही हरकत नाही माझी.
तिला तुझी जास्त गरज आहे.
माझ्या घरी तर तुझी चर्चाही नाही;
मग मी मला सांभाळून घेईल. आणि हा,
भविष्यात कुठे भेट झाली ना माझी तर माझ्याशी बोलायला
नक्की ये आणि ओळख करवून देशील चारूशी,
आवडेल मला. काळजी घे घरच्यांची."

सुमेधाचा विश्वासच बसत नव्हता कि ही तीच साची आहे जी कॉलेजच्या पहिल्या दिवशी ढसाढसा रडली होती. तो तिच्याकडे बघतच राहिला. शब्द संपले होते त्याचेही, तिने त्याचा हात हातात घेत म्हटलं,

"अरे, बघतोस काय असा? मी साची आहे.
तूच मला गेल्या चार वर्षांपासून ट्रेनिंग देतोय ना,
परिस्थितीशी लढण्याच आणि नेहमी हिंमत ठेवण्याचं.
बस, मी आज त्याची परीक्षा दिली.
प्रेमावर प्रचंड विश्वास आहे मला,
पण मी कुणाच्यातरी गरजू स्वप्नांवर,
स्वतःच्या प्रेमाचा महाल बांधू शकत नाही.
तिला जास्त गरज आहे तुझी."

"पण साची तू..."

"मी काय, ही अशी आहे ना अशीच असणार..."

"साची माफ कर मला,सारंकसं अचानक समोर आलं माझ्या."

"सर्व अचानकच समोर येत असतं सुमेध, सांभाळ स्वतःला."

"कसा सांभाळू तुझ्याविणा ग?"

"मी कुठे गेलेली नाही, तुझ्यासोबत आहे,
बसं जवळ नसणार असं समज ना."

"साची खूप मोठ्या मनाची आहेस ग तू."

"नाही रे, तू आहेस, मार्ग तुझा कठीण आहे."

आता शब्द निघत नव्हते तिचे. ती गुमान निघून गेली. सुमेध तिला ती दूर निघून जाई पर्यंत तिच्या पाठमोऱ्या आकृतीकडे एकटक बघतच राहिला. दूर रस्त्यावर ती नाहीशी झाली तरी तिची ती अमूल्य आकृती त्याच्या डोळ्यासमोरून हलत नव्हती.

त्या दिवशी नभातला चंद्रही साक्षीला होता पण कोर होवून रुसला होता. ढगांनी दाट गर्दी केली होती. निर्सग रडतं होता आणि सुमेध अवाक होता. साचीला नतमस्तक झाला होता.

तिच्यावर अतोनात प्रेम मनातून बरसत होतं पण पावसाने चिंब झाला होता. आज नभातल्या चंद्रानेही त्याला साथ दिली नव्हती. जणू सर्व निसर्ग रुसला होता. पाऊसाने चिंब झालेला सुमेध निशब्ध होवून घराकडे निघाला. नभातून वाहणाऱ्या पाऊस धारांसामोर त्याचे वाहणारे अश्रू दिसत नव्हते कुणाला. प्रेम करूनही स्वतःच अस्तिव न दर्शवणार प्रेम सुमेधच्या मनात त्या क्षणातच गारठलं होतं.

आयुष्याने मांडून ठेवलेल्या खेळासामोर जरा हतबल झाला होता पण साचीच्या प्रेमाला नमन करत तठस्त होता. चारू अचानक त्याच्या आयुष्यात शिरली होती.

कोणाचा आता त्रिकोण झाला होता. प्रेम त्याचं साचीवर होतं पण साथ त्याला चारुची द्यायची होती. मार्ग कठीण होता.

साची तर अलगत मार्गातून बाजूला झाली होती पण मार्ग त्याला चालायचा होता तीही तिच्याशिवाय अनोळखी मनासोबत. परत खेळ सुरु झाला होता, प्रेमाच्या त्रिकोणाचा...

भाग ३. मध्यांतर

सुमेधने चारुशी लग्न केलं. लग्नाच्या पहिल्या रात्री त्याने तिला साची बद्दल सांगितलं, आणि विश्वातही घेतलं कि ती त्याच्या भूतकाळ होती, म्हणाला,

"बघ, माझ्या आयुष्याचा महत्वाचा भाग तुला सांगणे गरजेचं आहे.
कारण मी बंधनात बांधलो गेलोय तुझ्यासोबत,
साची अजूनही कदाचित प्रेमात आहे माझ्या.
मग कुणाकडून हे समोर येण्याआधी,
मी तुला सांगितलं कधीही उत्तम ना.
तशी साची खूप समजूतदार आहे.
चुकुनही येणार नाही आपल्या दोघांत.
मी तुझा आहे आजपासून मनाने आणि सर्वांगाने,
हेच सत्य आहे."

सुमेधच्या बोलण्यावर चारूने मनापासून विश्वास ठेवला होता, साचीच्या त्यागाला तिला वाया जावू द्यायचं नव्हतं. तिनेही मनातून सारंकाही काढून टाकलं आणि नवीन आयुष्याची सुरुवात केली.

इकडे, साचीचा इंजिनिअरिंगचा अंतिम वर्षाचा निकाल लागला होता आणि ती ह्या वर्षी विद्यापीठात दुसऱ्या क्रमांकावर होती. तिने कधी असा विचारही केला नव्हता पण सुमेधच्या सहवासात आणि प्रोत्साहनाने, त्याच्या पाउलांवर पाय ठेवत तिनेही मजल मारली होती.

त्याच क्षणी सुमेधला फोन करावा आणि ही आनंदाची बातमी सांगावी असं मनात वाटूनही तिने तसं केलंच नाही, भावना दाबून ठवण्यात पटाईत होती. विचारांना माघारी फिरवण्याची कला अवगत होती तिला. मनाचा वेग थांबवला आणि परत आली तिच्या विश्वात. आता तिला खूप काही करायचं होतं.

लगेच नौकरी मिळवली आणि घरच्यांचा रोष पत्करून नौकरीच्या ठिकाणी एकटीच रहायला गेली. घरची मोठी होती, मग घरात लग्नाच्या

चर्चा असायच्या पण ती कुणालाच होकार देत नव्हती.

आई बाबांनी तिला खुप प्रेशर दिलं, पण ती काही लग्नासाठी तयार होईना. तिला बघायला येणाऱ्या मुलांना मग आई बाबा लहान बहिणीसाठी सुचवायचे.

लहान बहिणीच लग्न जुळलं. घरचे कधीपर्यंत वाट बघणार होते. बहिणीच्या लग्नात तिला खुप लोकांची बोलणी खावी लागली. नातेवाईक आणि जवळपासची लोक तिला नको नको तसं बोलायची.

तिच्या चारित्र्यावरही बायका कुजबुजायच्या. एकटीच बाहेर राहते म्हणून काहीही बोलायच्या. पण, साचीवर काही परिणाम होत नव्हताच. तिने मनात ठाम ठरवलं होतं, तिला कुणाशीच लग्न करायचं नव्हतं.

तिच्या काळजीत वडील वारले आणि घराची आर्थिक जवाबदारी तिच्यावर आली. नौकरी आणि स्वतःच उच्च शिक्षण सांभाळत तिने आता घरची जवाबदारही घेतली.

घरी अजून एक लहान बहीण आणि भाऊ होता. भावाला उंच शिक्षणासाठी लागणार पैसा साचीने लावला. अभ्यासात हुशार होता, त्याला वैद्यकीय क्षेत्रात प्रवेश मिळाला.

लहान बहिणीचं प्रेम प्रकरण हळूच तिच्या लक्षात आलं. मग पुढाकार घेवून, आईला समजावून तिचं थाटात लग्न लावून दिलं. लहान बहिणीचाही संसार लाडीगोडीने सुरु झाला होता.

बघता बघता सहा वर्ष लोटली होती. दोन्ही बहिणी सासरी सुखी होत्या, आई नातवंच करण्यात आंनदी होती. भाऊ डॉक्टर झाला होता. साची घरासाठी वटवृक्ष झाली होती.

तिच्या प्रेमाच्या आणि भक्कम आधाराच्या जोरावर आज सगळी भावंड आनंदात होती.

लागल्याचं वर्षी भावानेही त्याच्याच क्षेत्रातल्या त्याच्या आवडीच्या मुलीशी लग्न केलं आणि पोस्टिंगच्या ठिकाणी बायकोला घेवून राहायला गेला.

आता आई आणि साचीचं असायच्या. मग साचीने जवळपास नौकरी शोधली आणि घरूनच ती करायची. आईला सतत तिच्या लग्नाची काळजी असायची. ती अजूनही मुलाचे प्रस्ताव घेवून हळूच तिच्या मागे

लागायची आणि साची आईला म्हणायची,

"काय ग? माझं काय वय राहिलं का आता लग्नाचं?

लग्नापेक्षाही बऱ्याच गोष्टी करायच्या आहेत मला.

सोड बर तो नाद, नाहीच करायचं मला आता लग्न.

आणि माझं लग्न झालं की तुझं ग कोण करणाऱ?"

आणि आईला तिच्या ह्या उत्तराचा कारण कधीच कळलं नव्हतं. तिच्या मनाचा तो कोपरा तिला माहीतच नव्हता कुणाला. ह्या मुलीला कसं समजवायचं हा विचार करत ती नेहमीच म्हणायची,

"प्रेमातही पडत नाही ही कुणाच्या?

कि कुणी हिला पसंत पडत नाही,

चालेल कि मला आता,

कागदांवर भल्या भल्या इमारती उभ्या करते,

स्वतःसाठी प्रेमाचं राज्य उभं करू शकत नाही,

एवढ्या पुरुषांच्या सानिध्यात असते,

कुणीच कसं काय आवडत नाही हिला?

थकले मी आता.

ह्या मुलीच्या हातावर प्रेमाची रेषच नाही का?"

साची म्हणायची,

"काय आई, कुठल्या जगत वावरते तू,

मला कोण आता पसंत करणार!"

"म्हणजे काय म्हातारी झालीस काय ग?"

"नाही, पण बघ ना, तू म्हणतेस तसं नाही ना कुणी करणार."

"मग आम्ही जे म्हणतोय ते तरी होवू दे..."

आईचा तगादा नेहमीचा होता. साची तिच्या शब्दांना मनावर घेत नव्हती. ती तिच्या कामात मग्न होती. लग्न हा विचार तिने कोसो दूर टाकला होता.

तिला नावं ठेवणारी लोकं आता तिचं नाव घेत होती. गावात शिकलेली आणि शहरात राहून होती. हेवे-दावे सगळं कळायचं, निपूण होती व्यवहारात. प्रत्येकाच्या मदतीला धावून जायची. मनाचा मोठेपणा आपसूकच स्वभावात शिरला होता.

पूर्ण गावात ती एक समाजसेविका म्हणून नावाजली होती. लोकांची लहान सहान काम सहज तालुक्याच्या ठिकाणी जावून करून द्यायची. गावाचा गौरव होती.

गावात कुठलच महत्वाच काम आता तिच्याशिवाय होतं नसायचं. आईला आणि घरात सर्वांना अभिमान होता तिचा. पण त्याचं बरोबर तिची काळजी घरातल्या प्रत्येकाला होती. बहिण भाऊ सारेच तिला बोलून आता थकले होते, पण तिचं उत्तर कायम असायचं

"नाही ना मला बंधनात राहायचं. मी अशीच मोकळी बरी."

भावाच्या बायकोने मध्ये एक स्थळ सुचवलं होतं, तसा तिचा मावस भाऊ विदुर होता, त्याला साची पसंत होती आणि घरच्यांनी त्याला होकार दिला होता.

मग त्याची आणि हिची भेट घडवून आणली आणि मग तोच हिची भाषा बोलायला लागला. त्यालाही आता लग्न करायचं नव्हतं पण आयुष्यात खूप काही करायचं होतं.

हे बघून आता सर्वांनी जणू तिच्या लग्नाचा विचार मनातून काढून टाकला होता, पण वाटयचं सर्वांना, ताईच लग्न व्हावं, कधीपर्यंत आई सोबत असणार होती आणि आई होती म्हणून भावंड जमत होती हेही मान्य होतं सर्वांना.

एकदा आई गेली की सहज गावात कोण येणार होतं म्हणूनच सुरु होती सर्वांची खटपट, पण काही केल्या साची अडकत नव्हती.

तिला आता गावातल्या लोकांना मदत करण्यात आनंद येत होता. ऑफिस संपल्यावर ती घरात ऑफिस उघडून बसायची. तिच्यासाठी गावातले गरीब लोकं दिवसभर वाट बघत असायचे. स्वतःच्या खर्चाने ती त्यांची काम करून द्यायची.

तिचं स्वतःच विश्व तयार केलं होतं तिने, ज्यात ती खूप खुश होती. सुमेध तिच्यात होता कि नाही हे सांगण कठीण होतं.

भाग ४. एक अचानक भेट

शेजारच्या काकाच्या जमिनीच्या सातबाऱ्यासाठी तिला शहरात जावं लागलं होतं. सातबाऱ्यात त्यांच्या शहरातल्या पुतण्याने काहीतरी घोड केला होता. काका रडतच तिच्याकडे सकळी आली होते. त्यांना विश्वासात घेवून ती त्यांना घेवून तिकडे आली होती.

काम आटोपलं होतं. कामाच्या गडबडीत फिरतांना थकली होती, पाण्याची बॉटल विकत घेत होतीच तर तिची नजर एका पुरुषावर पडली, ती त्याला रोखून बघत राहिली आणि मग स्वतःशी बोलू लागली,

"हा सुमेध तर नाही, पण हा इथे कसा असणार?

बंगलोरला होता कदाचित आणि

तिथून लंडनला की अमेरीकेला गेलेला असं माहित झालं होतं,

पण हात वारे तसाच करतोय. मला कसली भीती?

असेल तरी ठीक आणि नसेल तरी. जातेच बोलायला."

तिने तिच्यासोबत असणाऱ्या काही माणसांचा निरोप घेतला. काकाला घरी जायला सांगितलं आणि मग ती चक्क सुमेधसमोर जावून उभी राहिली.

तब्ब्ल दहा वर्षाचा काळ लोटला होता. पण ती उभी होती सुमेध समोर, हसली, अलगत म्हणाली,

"अरे सुमेध, सुमेध आहेस ना तू?"

सुमेधने त्याचा चष्मा हातात घेतला आणि डोळ्यावर ठेवला, तोहो आठवत होता असं त्याला भर बाजारात कोण नावाने हाक मारणार होतं. आधी तर तो दचकला नंतर विचारात पडला, तर साची परत म्हणाली,

"किती बदलला आहेस? आणि तुला चष्मा लागला!"

सुमेधच्या अनपेक्षितपणे साची समोर उभी राहिली आणि तो भूतकाळात गेला, जरा निःशब्द आणि स्तब्ध होता.

साची मात्र मोठ्या आत्मविश्वासाने त्याच्या समोर उभी होती, जणू तिला आता पक्का विश्वास झाला होता कि हा सुमेध आहे, परत त्याला म्हटलं,

"तू सुमेधच ना, अरे मी साची. ओळखलंस, की नाही ओळखायचं?"

"बापरे... अग पण तू जशीच्या तशीच आहेस."

सुमेधने पुढचे शब्द तिला बोलू दिले नाही. साची स्मित हसली, स्वतःला सावरत म्हणाली,

"मग, मी स्वतःला ठेवलं ना तसं..."

आणि दोघेही क्षणभर हसले. परत दोघांत शांतता. साचीने हाताने कॉफीशॉप कडे इशारा केला.

आणि नजीकच्या कॉफी शॉप मध्ये दोघेही बसले.

साचीने, चारूची चौकशी करत म्हणाली,

"कशी आहे तुझी बायको चारू? नीट काळजी घेते ना तुझी! कधी भेटवतोस? मुलं किती आहेत रे तुला?"

साचीने अगदीच प्रश्नाची लिस्ट सुमेधला दिली होती. सुमेधने दीर्घ श्वास घेतला आणि म्हणाला,

"चार वर्ष झालीत, मी एकटाच आहे, चारू मला सोडून कायमची देवाघरी निघून गेली."

जरा गहिवरला होता सुमेध, आणि अलगत साचीचे डोळे पाणावले होते. क्षणच तसा होता, क्षणभर परत शांतता होती दोघात आणि

अलगत पापणीला हात लावत साची म्हणाली,

"काय रे! काहीतरी खूप सुंदर ऐकायचं होतं. बर नेमकं काय ते सांगशील मला तुलाही बर वाटेल... बघ, कदाचित मैत्री अजून आहेच ना आपली!"

सुमेध दाटून आलेला कंठ गिळत म्हणाला,

"मुलांची खूप आवड होती तिला; पण बाळ होत नव्हतं म्हणून नेहमीच विचारात राहायची. दत्तक बाळ घेणारच होतो आम्ही. त्या दिवशी मत्रिणीसोबत तिच्या मुलाच्या शाळेत त्याच गाणं बघायला गेलेली, पण मैत्रिणीच्या मुलाला वाचवतांना स्वतःचा बळी दिला तिने. तिच्या मैत्रिणीचा मुलगा वाचला, पण ही ट्रकच्या मागच्या चाकात आली आणि जागीच गेली.

घरातून सुंदर नटून गेलेल्या चारुला,
पांढऱ्या शुभ्र वस्त्रात गुंडाळून घरी आणावी लागली.
तीच अचानक जाणं मला खूप लावून गेलं.
मग, दोन वर्ष अमेरिकेत होतो आणि आत्ताच आईची तब्येत खराब असल्यामुळे भारतात आलो आणि बघ तू भेटलीस मला."

साची निरुत्तर बघत राहिली, कॉफीचे पैसे देतांना सुमेध तिला म्हणाला,

"आणि तुझं ग काय सुरु आहे? कस चाललंय?"

त्याच्या पर्समध्ये असणारा तिचा जुना फोटो तिला दिसला आणि ती नजर चोरतंच म्हणाली,

"माझं काय? मस्त चाललंय, एकटा जीव सदाशिव!"

सुमेध, "म्हणजे!! लग्न?"

साचीने नाकारची मान हलवली आणि स्वतःला आवरत म्हणाली,

"करण्याची इच्छा नाही झाली. नाही केलं."

"का ग, असं काही ठरलं नव्हतं आपलं?"

"ठरवायला नेहमी दोघंच लागत नाही रे..."

असं म्हणत ती शून्यात हरवली.

आणि सुमेध परत त्या उगवणाऱ्या चंद्राकडे बघत तिला चोरून बघू लागला.

विचारत पडला आणि परत म्हणला,

"अजूनही मनातलं चोरून ठेवण्याची कला तशीच आहे तुझी!"

साची अगदीच उत्साहात बोलली,

"नाही रे! कठे काय? समाजसेवा चालली आहे.
आईसोबत असते, बाबा राहिले नाही रे माझे,
आत्या आणि मोठी आई झाली आहे. कौतुकात वेळ जातो."

"असं, मग अजून काय ग करतेस हल्ली, नौकरी?"

आधी मुंबईत होते, रग्गड पैसा कमवला,
आता गावात आहे पाटबंधारे विभगात,
म्हणजे ती नौकरी मी मिळवून घेतली रे बाबा गेल्यानंतर.
आता आपलं गाव, आपली माणसं, आपलं जगणं... "

सुमेध हसला, म्हणाला,
"मला तर तुझ्या घराच्या कुणाबद्दल जाणून
घेण्याची संधी आलीच नाही. कसे आहेत सर्व."
"सर्व मजेत आहेत, भाऊ डॉक्टर झालाय,
त्याची बायकोही डॉक्टर आहे.
दोन्ही बहिणी खूप खुश आहेत त्यांच्या संसारात,
मधली तर आता शिकागोला असते.
लहान इथेच पलीकडल्या गावात आहे.
आई असते माझ्यासोबत."
"बऱ, पण तू एकटी आहेस ना!
जरा लागलं ग मनाला..."
"तू कशाला लगावून घेतोस रे,
मलाच खूप मनाला लागलं चारूबद्दल ऐकून,
जिच्यासाठी सारंकाही केलं ती अशी निघून जाईल
असं वाटलं नव्हतं. पण काय हाती ना आपल्या?"
"बघ ना..."

सुमेधचे डोळे परत पाणावले होते. साचीनेही अलगत डोळे पुसले. लागलीच साचीने विषय बदलला,

तिच्या सामजिक कार्याची माहिती तिने सुमेधला दिली, त्यानेही त्यात मदतीच आश्वासन तिला दिलं. गप्पा रंगल्या होत्या, वेळ जातं होती.

सुमेधला खर तर साचीच्या ह्या रूपावर विश्वास बसत नव्हता, पण ती समोर होती त्याच्या.

दोघांनाही परतायचं होतं त्यांच्या दुनियात.

पुन्हा भेटण्याचं बोलून त्यांनी चंद्राच्या साक्षीने एकमेकांना गोड निरोप दिला आणि आपल्या आपल्या घरी निघून गेले.

भाग ५. परत नविन सुरूवात

नंतर बऱ्याच वेळा दोघांच्या भेटी झाल्या, सुमेध काही सोशल प्रोजेक्ट राबवत होता आणि साची त्यासाठी लोकं त्याला मिळवून द्यायची.

भेटी वाढल्या, मनाच्या गाठी मोकळ्या होतं परत नव्याने पडत होत्या. पण मिठीपर्यंत आल्या नव्हत्याच. दोघांच्याही मनातलं प्रेम कुठेतरी अडकलं होतं.

“त्याला कहीदा वाटलं तिच्याशी बोलावं.
दहा वर्षा आधीच्या गोष्टीवर परत फिरावं.
कशाला आता मनाला मारावं
काहीच क्षण आहेत सोबत जगावं”

पण तो घाबरायचं की साची आत्ताच तर परत आयुष्यात आली आहे. आणि तिच्या बोलण्या वागण्यात ती आयुष्यात ह्या विचारांच्या फार पुढे गेली असंच त्याला वाटायचं. मग साचीशी बोलायचं कसं हा प्रश्न त्याला भेडसावायचा. एकांतात निवांत असला की मग त्या चंद्राला न्याहाळत मनाचा एक एक कोपरा फिरून यायचा. आणि प्रत्येक कप्प्यात साची त्याला भेटायाची. मन परत तिच्यावाटेन वळायच, तिची भेट झाली की मागे वळायचं.

शनिवार होता आणि साची निवांत दुपारची झोप घेत होती. तेवढ्यात तिचा फोन वाजला आणि समोरून कुणीतरी सुमेध... सुमेध असं जोरजोरात ओरडत होतं. नुसतं नाव ऐकून ती घरातच सैरावैरा झाली. आईला शोधू लागली पण तिला आई घरात दिसली नाही मग तीने तशीच लगभगिने स्वतःची गाडी काढली आणि सुमेधच्या घराकडे जाणाऱ्या रस्त्यावर वळवली.

वाटेत बऱ्याचदा तिने सुमेधला फोन लावला. तो काही उचलत नव्हता. त्याच्या घरी लॅंड लाईनवर लावला पण कुणीच उचलत नव्हतं. तिच्या मनाची घालमेल वाढत होती आणि ह्रदयाचे ठोके आवाज करत होते. तिने गाडीची स्पीड वाढवली. त्याच्या घरी पोहचली तर घरी खुप

वर्दळ होती. घराबाहेर खुप गाड्या उभ्या होत्या.

ती अजूनच घाबरली आणि सरळ धावतच सुमेधला आवाज देत घरात शिरली. आणि सुमेध तिच्यासमोर येऊन उभा राहिला, तशीच ती थबकली आणि त्याला बिलगून रडायला लागली. रडतच हुंदके देत म्हणाली,

"आता नाही मी काहीच ऐकून घेणार तुझं.

अजून माझी परीक्षा घेवू नकोस! तू माझाच आहेस.

किती छळणार आहेस मला अजून, थकले रे मी आता."

रडतांनाच तिची नजर तिच्या आईवर पडली नंतर घरची सर्वच हळूहळू बाहेर यायला लागले, तिची शिकागोला राहणारी बहिण, तिचा नवरा, मुलं. लहान बहिण तर तिच्या सर्व नातेवाईकांना घेवून आली होती. भाऊ आणि त्याची बायको. सुमेधची आई आणि त्याच्या घरची सर्वच मंडळी.

बघता बघता सगळा हॉल पाहुण्यांनी भरून गेला. मुलं खेळायला लागली. सर्वांच्या नजरा साचीवर होत्या. आता साचीच लक्ष घराकडे गेलं. घर अगदीच सजून होतं. लग्नाची सर्व तयारी तिला दिसत होती. घरात पकवानांचा सुगंध पसरला होता. सोमोर हवनाची तयारी दिसत होती. वरमालाही ठेवल्या. साची थोडीशी बावरली आणि लाजलीही. जरा सुमेधच्या मिठीतून बाहेर आली; तेव्हाच तिच्या आईने तिला मागून हात लावत जवळ घेतलं आणि म्हणाली,

"मीच फोन केला होता तुला,

मी फक्त सुमेधच नाव घेतलं आणि तू हेही विचारलं

किंवा ओळखलं नाहीस कि मी आई बोलते.

आवाज पण ओळखला नाहीस ग!"

साची आईकडे आवक बघत होती आणि मनातच कशीशी झाली होती. आई परत तिच्या हनुवटीला प्रेमाने हात लावत म्हणाली,

"बाळा, सुमेध आमच्या सर्वांच्या संपर्कात मागच्या

काही महिन्यापासून आहे. तो मला भेटायाला आला होता.

त्याने मला तुझ्या आणि त्याच्याबद्दल सर्व सांगितलं.

दहा वर्षाआधी राहिलेले कार्य त्याला पूर्ण करायचं आहे असं बोलला.

आम्ही सर्वांनी मिळून हे घडवून आणलं, तुझी चुप्पी तोडण्यासाठी.

तुझ्यातील त्याच्याबद्दल प्रेम पुन्हा जागृत करण्यासाठी."

साची अजूनच जरा लाजली, चोरून सर्वांकडे बघू लागली. डोळ्यातून वाहण्यासाठी सज्ज झालेले अश्रू अलगत पदारणे पुसत आई परत म्हणाली,

"बाळा, अजून किती भावना दाबून ठवशील?

तुझा होकार नेहमीच होता पण तू ओठांवर कधीच आणला नाहीस.

तुझं स्त्रीत्व एका दुसऱ्याच बाजूने समोर आणलंस तू.

तुझ्या प्रेमाची शक्ती होती हे जी तुला स्ट्रॉंग बनवत होती.

स्वतःला विसरून आमच्या सर्वांची आई झालीस तू.

घरातील प्रत्येक जवाबदारी संभाळलीस.

आता मला माझी जवाबदारी पूर्ण करू दे.

सुमेधबद्दल तू घरात कधीच बोलली नाहीस,

पण आज तुझ्या लग्नाच्या नकारच कारण कळलं

आणि नतमस्त झाले मी.

भावंडांच आयुष्य उभं करायला रात्र नि दिवस एक केलीत,

आता आमच्या सर्वांची इच्छा आहे,

की तू तुझं आयुष्य जगावं.

म्हणूनच हा सर्व घाट घातलाय."

साचीच्या एवढ्या वर्षापासून दाटून असलेल्या भावना अश्रूतून वाहत होत्या. तिच्या बहिणी तिला आता घेऊन गेल्या.

तासाभराने ती तयार होवून बाहेर आली तेव्हा अतिशय सुंदर अशी परिपक्व पस्तिशीतली स्त्री दिसत होती. चेहऱ्यावर प्रसंनता होतीच आणि स्वतःवरचा तिचा विश्वास तिला अधिकच प्रभावी भासवत होता.

सर्व संमतीने सुमेधच्याच घरी लग्नाचा समारंभ आटोपला. चारुच्या फोटोजवळ जावून दोघानींही तिला वंदन केलं. तिच्या असल्याने दोघांच मिलन झालं नव्हतं पण तिच्या असल्यानेच प्रेम उच्च स्थानावर आज पोहचलं होतं.

पहिल्या रात्री दोघेही खिडकीजवळ उभे राहून चंद्राला बघत होते. साची शांत तिच्या भूतकाळात शिरली आणि सुमेधने तिला मिठीत

घेतलं. तोच चंद्र ढगातून बाहेर आला आणि त्याच चंद्राला साक्षी ठेवून दोघानींही चारुच्या स्वप्नाला पूर्ण करण्याचा निर्णय घेतला. बाळाच्या ओढीत तिचा मृत्यू झाला होता. तीच सुमेधला बाबा बनवण्याचं स्वप्नं अधुरं होतं.

लग्नाच्या तीन महिन्यानंतर साचीने कादयेशीररित्या एका लहान नवजात मुलीला दत्तक घेतलं. आणि छोटी चारू दुडू-दुडू घरात वर्षभरात धावायला लागली.

"एक अधूरसं स्वप्न पूर्ण झालं होतं
आणि एक अधुरी प्रेम कहाणी,
जी दहा वर्षाआधी थांबली होती,
ती परत सुरु झाली...."

ज्या कहाणीचा फक्त चंद्र साक्षीदार होता त्याला आज सगळ्याची मनापासून साक्ष लाभली होती.

4

बहरली प्रीत तुझी माझी

प्रित मनाला मोहरणारी मुरली आहे, जी एकदा बहरली कि बहरतच जाते.कधी ती सहवासातून तर कधी थेट नजरेच्या वाटेतून शिरते. प्रीत असणे, प्रीत आहे ह्या सर्वपरीही एक अति महत्वाच म्हणजे प्रीतीला दोन्ही कडून दाद मिळने. प्रीतीत स्थिरता नकोच असते. नात्याला टिकवून ठवण्याचं काम हीच प्रीत करते आणि त्यासाठी सतत कार्यरत राहावं लागतं. नातं कुठलंही असू देत, आदर, सन्मान आणि दाद दोन्हीकडून बरोबरीची हवी. पुढाकार कुणालातरी घायवाच लागतो, कारण प्रीतीचं नातं एका टोकापासून सुरु होतं आणि दुसऱ्या टोकापर्यंत न्यावं लागतं.

> *"नातं दोन्ही कडून सारखंच निभवाव लागतं!*
> *प्रीत दोन्हीकडून सारखीच असावी लागते!*
> *आणि नातंही दोघांचच महत्वाचं असतं. "*

आणि हाच प्रयत्न बहरली प्रति तुझी माझी ह्या कथेतील नायक आणि नायिका करत आहेत.

भाग १. घालमेल मनांची

आज बऱ्याच दिवसांनी सारिका आरश्या समोर बसून स्वतःला न्याहाळत होती,

मनात म्हणाली,

"नाक, डोळे अगदीच जागेवर आहेत,

थोडी हनुवटी लांब हवी, नाही?

बाकी मी बरीच दिसते... पण? जावूदे...

कुठली कानातली घालावी आज?"

मग हळूच स्वतःला नेहाळत म्हणाली,

"वाढदिवसाच्या शुभेच्छा सारिका!!"

सलिनने बाथरूमचा दरवाजा उघडला आणि ती दचकली. लगबगीने उठली आणि स्वयंपाक घराकडे निघाली. मनात आस होती तिच्या, पण आजही नेहमीप्रमाणे सलिन ऑफिससाठी निघाला.

सारिका वाट बघत होती कि आज तरी सलिन तिच्याशी बोलले, तिला वाढदिवसाच्या शुभेच्छा देईल, पण तो तसाच काहीही न बोलता निघून गेलेला.

सारिकाचा हिरमुसलेला चेहरा बघून सासूने तिला विचारलं,

"काय ग? काय झालं?"

सासूला काहीही नाही असं म्हणतं ती तिच्या खोलीत निघून गेली.

तेवढ्यात बैठकीतला फोन वाजला.

समोरून सारिकाची आई बोलत होती,

"अहो, मी केव्हापासून सारिकाचा मोबाईल लावते

पण ती उचलतच नाही. मग मी इकडे लावला."

सासू, "अहो, ती इकडे माझ्यासोबत होती.

आताच खोलीत गेली,

बोलवू का? तस काही महत्वाचं बोलायचं आहे का?"

आई, "आज वाढदिवस ना सारिकाचा!

शुभेच्छा देण्यासाठी फोन केलेला. "

सासू, "अरे!! आम्हाला तर माहीतच नाही! बरं..."

मग सासूने सारिकाला आवाज दिला आणि रिसिव्हर तसाच ठेवून त्या त्यांच्या खोलीत निघून गेल्या.

सारिकाच्या आईसोबतच्या गप्पा संपल्या होत्या आणि ती स्वयंपाकघर आवरत होती. लागलीच सासू स्वयंपाक घरात आल्या आणि म्हणाल्या,

"सारिका, हे घे, तुझ्या वाढदिवसाचं गिफ्ट."

सारिकाने ते हातात घेत उघडून बघितलं,

"आई, ह्या तर तुमच्या पाटल्या आहेत ना?

सासूबाई अगदीच स्मित हसत त्या हातात देत म्हणाल्या,

"हो, आणि आता त्या तुझ्या आहेत.

माझी इच्छा आहे कि तू ह्या आताच घालाव्यात.

ह्या पाटल्या घातल्या नंतर कमालीचा आत्मविश्वास वाढतो,

जो तुझ्यात नाही. लग्नाला वर्ष होईल तुझ्या,

अजून तुझ्या नवऱ्याला तुझा वाढदिवस माहित नाही.

माझ्यानंतर होणारी पाटलीन आहेस तू ह्या सर्व वैभवाची.

माझ्या सासूने ह्या मला त्या जातांना दिल्या होत्या पण

तुला ह्या आता द्याव्या असच मला वाटलं."

मग त्यानी त्या पाटल्या सारिकाला हातात घालून दिल्या,

"नाती बहरवायला शिक ग,

नाती फक्त जुळलीत म्हणूंन जुळून राहत नाहीत,

त्यासाठी रात्र नि दिवस कार्यरत राहावं लागतं.

आणि सुरुवात कुणालातरी करावीच लागते.

तुझ्याकडून खूप अपेक्षा आहेत मला."

सासूच्या डोळ्यात जरा पाणी होतं पण ते अलगत पुसत त्या बाहेर बागेत निघून गेल्या. सासूच्या मनातली घालमेल सारिकाला जराशी कळली होती. त्यांच्या बोलण्यातला ओघही तिने टिपला होता.

सहा वर्षाआधी सारिकाच लग्न जुळलं होतं आणि ती खूप आनंदात होती पण काळाने घात केला आणि तिचा होणार नवरा एका रोड अपघातात अचानक मारल्या गेला.

सारिकाला पांढऱ्या पायाची म्हणूंन नंतर कुणीच मागणी घालत नव्हतं. सतत नकाराने घरातले आणि सारिकाही हताश झाली होती. सलीनच स्थळ सांगून आलं आणि मुलाकडच्यांकडून होकार होता; मग सर्व सविस्तर बोलून लग्न थाटात झालं होतं.

सलीन तसा स्वभावाला तापट होता आणि प्रेमभंग झाल्यामुळे चिडचिडत असायचा. लग्न वगैरे त्याला करायचंच नव्हतं. त्याची प्रियसी त्याच्या मनातून निघतच नव्हती. लग्न केलं होतं त्याने दोन वर्षा आधी, पण पहिली बायको लग्नाच्या दुसऱ्या दिवशीच निघून गेली, कारण लग्नाच्या पहिल्याच रात्री सलिनने त्याच्या प्रियसीचं वर्णन करून नातं बहरवण्या आधीच तोडलं होतं.

आणि आता हे त्याचं दुसरं लग्न. तशी सारिका त्याला पसंत होती; पण अजूनही त्याचे सूर जुळले नव्हते. नवराबायकोचं नातं सुरूच झालं नव्हतं. प्रीत बहरलीच नव्हती आणि कुणाचं कडून ग्रीन सिग्नल नव्हता. रेटत होते दोघेही नातं. सारिकाच्या मन कोचांबत होतं आणि स्वतःलाच खात होतं.

तस सारिकाने नशीब समजून मनाला समजाविले होतं पण कधी कधी तीच मन झेप घेवू पाहत होतं आणि परत सलीनच्या रुक्ष वागण्याने मनाचे पंख खाली तुटून पडत होते. सासर माहेर दोन्हीकडे लोक आस लावून होते. संसाराची गाडी नको असलेल्या स्थानकावर थांबली होती.

संध्याकाळी तिने तिच्या बाबांना फोन केला,

"मला आज रडायचं आहे,

कारण उद्यापासून जगन सुरु करायचं आहे."

आणि ती दाटलेला कंठ मोकळा करत रडायला लागली. तिचे अश्रू वाहते झाले होते. बाबा तिची मनाची घालमेल समजले होते. तिचा सुरु पकडतच म्हणाले,

"बाळा जगात तीन प्रकारचे लोक आयुष्य जगत असतात.

पहिले, जे नशीब समजून गप्प राहतात,

काहीच करत नाहीत आणि दुसऱ्यांना दोष देतात.

दुसरे, आपण काय करू शकतो म्हणत आयुष्य रेटतात,

प्रवाहात जस वाहत येईल तसा मार्ग बदलतात आणि,

तिसरे, प्रयत्न करायला काय जातं हा विचार करून चॅलेंज स्वीकारता आणि स्वतःचा मार्ग स्वतः शोधतात. आता निर्णय तुझा,

यशस्वी झालीस तर आयुष्य मस्त.

नाहीच, तर तू प्रयत्न करत आयुष्य जगली...

दोन्ही गोष्टीत विजय तुझाच!"

इकडे दुपारी सलिनच्या आईने त्याला फोन केला आणि सलीनला आठवणीने काही डॉक्युमेन्ट प्रिन्ट करून आणायला सांगितले. त्यात तिने सारिकाचे डॉक्युमेन्टही सांगितले होते. सारिकाचे डॉक्युमेन्ट बघतांना सलीनला तिची जन्मतारीख दिसली आणि त्याला चुकल्या सारखं वाटलं.

आपण ८ महिन्यापासून जिच्यासोबत नवरा बायको म्हणून राहतोय तिची साधी जन्मतारिक आपल्याला माहित नाही, हि ग्लानी त्याला खात होती. मनात कितीतरीदा हा विचार येवून सुद्धा मनातली प्रियसीची छबी पुसल्या जात नव्हती. आपल्याला एक बायको आहे हि गोष्ट अजूनही मन मानत नव्हतं त्याचं.

तिला फोन करावा असं मनात येवूनही ते घडत नव्हतं त्याच्या हातून. मोबाईल फोनवर अजूनही प्रियसीचा फोटो, हातावर तिच्या नावाचा टॅटू आणि तिच्याच आवडीचे कपडे अजूनही घालणारा सलिन सारिकाच्या अस्तित्वाला नाकारत होताच ना! त्याला नाकारायच नव्हत पण का कुणास ठाऊक घडत होत सर्व आणि तो वाहत जात होता.त्याला वाटायचंही कि माझं मन मला थांबवत पण ती का थांबते? का थबकते? एक बायको म्हणूंन का नाही सर्व अधिकार दाखवत? दिवसभर कॅबिन मध्ये तो स्वतःला विचारात राहिला. काय थांबलाय आमच्या नात्यात; पण, त्याला त्याची चूक गवसतच नव्हती. मनासारख जोडीदार मिळाला नव्हता आणि मन सारिकाला स्वीकारत नव्हतं.

मन नाही तर मन नाही असं समजून शेवटी मीच बरोबर आहे असं म्हणून तो बॅग घेवून घरी निघाला.

भाग २. जाणीव त्या नात्याची

सलिन स्वतःच्या धुंदीत घरी निघाला होता. पार्किंग मध्ये पोहचला तर त्याला मागून कुणीतरी हात लावला. तो मागे वळला; तोच विशालने त्याला मिठीच मारली,

"अरे मित्रा, किती वर्षांनी भेटतो आहेस?
डिग्री नंतर मी दुसरीकडे शिकायला गेलो,
आणि आपली लिंकच तुटली,
अरे तुझ्याच शहरात राहायला आलोय.
काय रे लग्न झालं ना तुझं? ऐकलं होतं मी असं."
सलीनही त्याला बघून खुश झाला, आणि म्हणला,
"अरे मित्रा, तू भेटलास, आजची सर्वात चांगली गोष्ट घडली बघ!
बोर झालो होता मी आज ऑफीस मध्ये डिझाईन चेक करून करून,
चल कॉफी घेवूया."

दोघेही कॉफीशॉप मध्ये बसले. अचानक विशालची नजर त्याच्या मोबाईलवरच्या वॉलपेपरवर पडली, आणि तो उत्साहातच म्हणाला,

"आ!! हा! बायको कारे? मस्त आहे वहिनीसाहेब!
भेटवं कि कधीतरी? जाम प्रेम दिसतं बायकोवर!
अरे... टॅटूही आहे वाटते वहिनीसाहेबांच्या नावाचा."

सलिन हसला आणि काहीच् बोलला नाही. विशालने सलीनची आणि घरच्यांची सगळी चौकशी केली. सलीन जास्त बोलत नाही हे बघत त्याने नंतर त्याच्या बायकोला फोन केला,

"अग, जरा यायला वेळ होईल मला,
तू मुलांनां झोपवून देशील.
आपण दोघेही रात्री टेरेसवर जेवण करू,
मी येताना काही घेवून येतो, बाय."
सलीन त्याच्या बोलण्याकडे बघतच म्हणाला,
"काय रे जोरूचा गुलाम! मला चिडवत होतास ना, पठ्ठा!
आणि काय रे असले शट्र्स आवडत नव्हते तुला?

अगदीच बदलास."
विशाल जोरात खळखळून हसतच म्हणाला,
"राज्या, बायकोला आवडतात, मग घालतो,
तिने घालायला काढून ठेवला की. नाईलाज असतो बाबा,
बायको म्हणेल ते करायचं,
तेव्हढाच आनंद दिसतो तिच्या चेहऱ्यावर
आणि स्वारी खुश तर घराचा आत्मा खुश होतो."
सलीन स्मित हसला,
विशालने त्याचा सूर पकडला आणि म्हणाला,
"अरे बायको सगळंच माझ्या आवडीचं करते.
मग मी एवढंही करू शकत नाही का?
नातं सुंदरपणे टिकवून ठेवण्यासाठी दोघानांही
सारखीच एकमेकांना दाद द्यावी लागते.
एकतर्फी नातं टिकत नाही राज्या! तुला रे नवीन काय सांगू?
तू बघ ना... टॅटू वैगेरे, तुझी तर मज्जा दिसते.
माझ्या वर्किंग कल्चरमध्ये टॅटू वगैरे नाही जमत,
मग असं काही करत असतो मी माझ्या बायकोसाठी.
मी काहीच माझ्याकडून केलं नाही तर थंड पडेल ना नातं."
आणि मग मिश्किलपणे हसला,
अगदीच गरम कॉफीचा घोट घेत म्हणाला,
"नातं कसं हॉट असायला हवं, म्हणजे तसं हॉट असावाच
पण अगदीच तसा अर्थ नको काढू.
नात्यात कसा गरम ओलसरपणा असावा.
म्हणजे कसं मुलायमपणा जाणवतो आणि
आपण एकमेकांचा अलगद आधार होतो.
तुला काय सांगायचं, तुला बघूनच कळलं मला;
तू फक्त बायकोचाच दोस्ता! चल निघतो मी.
माझी बायको वाट बघत असेल. जेवणार पण नाही माझ्याशिवाय,
दिवसभराच्या गोष्टी साठवून ठेवते आणि
मग मला झोपेपर्यंत सांगते.

शेवटी मलाच तिचे ओठ बंद करावे लागतात."

सलीन घरी येतांना सारखा विशालच्या बोलण्यातला प्रत्येक शब्दाचा विचार करत होता. त्याच्या वागण्यात आणि बोलण्यात जवळ बायको नसूनही ती होतिच हे त्याला जाणवलं होत. मनाच मेंदूशी युद्ध सुरु झालं होतं,

"आपण तर स्वतःहून काहीच करत नाही सारिकासाठी
मग ती का नाही थबकणार माझ्याजवळ येण्यासाठी?
मीच मार्ग बंद केलेत का? ती जवळ येत नाही
आणि मग मला माझ्या प्रेमाची आठवण येते असं आहे?
कि मी माझ्या प्रेमाला अजूनही घेवून फिरत आहो सारिकाच्या ऐवजी?"

मग त्याने टॅटू बघितला,
जरा स्वतःवर हसला आणि स्वतःलाच म्हणाला,
"माझी प्रिया नवऱ्याबरोबर अमेरिकेत मजेत आहे.
नवीन नवीन फोटोसहित कितीदा फेसबुक अपडते करते.
मी बघूनच तृप्त होत असतो. कॅमेंटही मी करत नाही."
क्षणभर उदास झालेला पुटपुटलाच,
"नाही, मीच मागे राहिलो. सारिका सरल मुलगी आहे,
मीच जरा चिडचिडतो. एकीने मला सोडलं, एकीने नातं तोडलं.
आणि ही अजूनही आहेच माझा बावळटपणा आणि तापडपणा ऐकत.
आई बरोबर म्हणते, नातं दोन्ही बाजूने सारखंच पुढं जायला हवं,
मीच अडकलोय भूतकाळात, जो माझा नव्हताच मुळी."

विचारांच्या ओघात तो घरी आला तेंव्हा रात्रीचे नवं वाजले होते सगळेच त्याच्यासाठी जेवायला थांबले होते. सारिकाला समोर बैठकीत नवीन साडीत बसलेलं बघून त्यालाही तिला कॉम्प्लिमेंट द्यायचं होतं; तो सरळ खोलीत निघून गेला. खोलीत शिरताच त्याला परत चुकल्यागत झालं. बोलायचं त्यालाही होतं; पण ओठावरचे शब्द परत मनात शिरून कोलाहल माजवत होते.

काही वेळानंतर आईने सांगितलेले प्रिंट्स घेवून तो परत आला आणि सारिकाकडे बघितलं त्याने; नजरेवर नजर पडली आणि ओठ शब्दांच्या स्वाधीन झाले,

"वाढदिवसाच्या शुभेच्छा सारिका. तू गोड दिसतेस ह्या साडीत..."

लागलीच त्याला मन हलकं झाल्या सारखं वाटलं. घरातल्या सर्वांनी सारिकासाठी काहींना काही गिफ्ट आणलं होतं पण *तू ह्या साडीत गोड दिसतें आहेस* ह्या एका वाक्याने फुलून गेली होती सारिका. तिच्या मनातला मयूर बऱ्याच दिवसाने थिरकायला लागला होता.

हळूच तिने ताट वाढल्यानंतर त्याच्या जवळची डायनींगची खुर्ची ओढली आणि जेवायला बसली. आज कितीतरी दिवसांनी असं सून आणि मुलाला सोबत जोडीने बसुन जेवतांना बघून घरच्या सर्वांना मनशांती लाभली होती.

हळूहळू सर्वांनी डायनिंग रूम खाली केली आणि मग ते दोघेच होते. भन्नाट शांतता होती. तोंडातल्या घासाचाही आवाज मोठा वाटत होता.

सारिकाच हृदय जोरात धडधडायला लागलं. हृदयाच्या त्या स्पंदनांनी अंतर मन कावर बावर होत होतं. ती किती वेळची जेवत आहे हे तिलाही कळत नव्हत. तिच्या लटा तिच्या चेहऱ्यावर पळत होत्या, त्या सावरत ती एक एक घास घेत होती. कधी तिची नजर ताटावर तर कधी सलीनच्या हालचालीवर होती. सलीन तिला चोरून बघत गुमान जेवत होता.

जेवण आटोपलं आणि त्याला त्याची प्रियसी सारिकाच्या गालावर पडणाऱ्या लटांमुळे आठवली. अलगत त्याचा हात तिच्या लटा सावरण्यासाठी उठला. ती थोडी लाजली तो थोडा बावरलेला.

त्याच्या त्या हलक्याश्या स्पर्शाने ती मोहरली होती आणि तो जरा सुखावला होता...

पण सुरुवात झाली होती.

भाग ३. वीण मनातल्या धाग्यांची

जेवण संपल्या नंतर सलीन तिथेच बसून राहिला; नेहमीप्रमाणे खोलीत जावून झोपला नाही. सारिकाला मदत करायची होती त्याला पण अजूनही तो मनाने ओढल्या जात नव्हता.

मन आणि मेंदूवर रेखाटल्या गेलेली त्याची प्रियसी येवढ्या सहज पुसल्या जाणं कस शक्य होत? आणि सहाजिक होत ते; एकदमच एवढा बदल शक्यच नव्हता.

स्वयंपाक घर आवरल होतं सारिकाने, ओठावर शब्द होते पण फुटत नव्हते. ती सलीनकडे बघत खोलीकडे निघाली मागेच तोही वळला. आणि दोघेही खोलीत शिरले.

आज बऱ्याच दिवसांनी सलिन पलंगावर जावून पडला. तो सोफयावर झोपायला तयार नव्हता आणि सारिकाला काय हवं हात? मग तिनेच त्याला हळूच विचारलं,

"दिवस कसा गेला आज? उशीर झाला यायला."

आणि गप्पा रंगल्या... मित्राचा किस्सा रंगवून सारिकाला सांगतांना सलीन गुंग झाला होता आणि सारिका बऱ्याच दिवसाने मनाने जरा मोकळी झाली होती. मनात पडलेल्या गाठी सुटत होत्या.

मनाच्या धाग्यांनी विणायला सुरवात केली होती.

दुसऱ्या दिवशी सकाळी दोघानाही उठायला वेळ झाला,

मग सारिका स्वतःहून हिंमत करून म्हणाली,

"मी आज तुमचा दुपारचा जेवणाचा डब्बा घेवून येईल.

मला जरा त्याच दिशेने काम आहे."

त्यानेही नकार दिलाच नाही, सहज मान हलली.

सारिकाने मोठया उत्साहाने सलिनच्या आवडीची भाजी केली. स्वयंपाकघरात बांगड्यांसोबत पाटल्या खण-खण वाजत होत्या आणि घरात मंद पावलाने आनंदाच्या संगीताची सुरुवात झाली होती.

सारिकाला आज पहिल्यांदा सलीनसाठी तयार होतांना मनातून ओढ वाटत होती. घाबरत होती ती पण क्षणात उत्तर देत होतं तीच मन,

"सप्तपदी झालीय माझी त्याच्यासोबत.

हक्क आहे माझा;
त्याच्यासाठी सजण्याचा. काय म्हणले?
स्तुती करेल? नको करूदेत, माझी मी मस्त, जावूदे...
नाही केली तर माझी मी करते ना!
आज कही वर्षांनी मनाचा वसंत मोहरलाय माझ्या.
ये आरश्या, नकोरे आता थांबवू, नकोरे अडवू,
घेवू दे मला प्रीतीच्या पंखाने उच्च भरारी,
खूप आवरलंय ह्या मनाला,
आता जरा मनाचा धागा सैल करू देत... गुंतण्यासाठी.
मलाच घेवू देत ना पुढाकार!
नाही वाट बघायची मला अजून."
मनात सुरांनी परत तार छेडले आणि मन गुंतायला लागलं तिचं,

> *"मन लाजून गोजिर झालं माझं.*
> *तरीही तुला कळत नाही!*
> *प्रीत अशी बहरू दे माझी.*
> *जरी मला कळत नाही!*
> *घेतय मन भरारी माझं.*
> *तरीही मन मनात नाही!*
> *प्रीत अशी बहरू दे माझी.*
> *जरी मला उमगत नाही!"*

मनाची घालमेल तिने आरश्यासमोरून बाजूला होवून थांबवलीच,
खोलीतून बाहेर आली, सासूच्या खोलीत वळून म्हणाली,
"आई मी येते. जरा उशीर झाला तर चालेल ना?"
सासू तिला असं सुंदर नटलेल बघून स्मित हसली आणि म्हणाली,
"सावकाश ये ग, घाई काय येण्याची.
मनाचे धागे गुंतवायला निघालीस ना!
मग जरा तुझ्या माझ्या नात्यातला धागाही विश्वास
ठेवून जरा सैल कर.

आई म्हणतेस ना मला... मग जरा घे तुझ्या मनाने
आता हे घर तुझ्या आणि सलीनच्या नात्यातला
गुंता आनंदाने अनुभवण्यासाठी वाट बघतय."

आईच्या शब्दाने सारिका मनातून सुखावली होती. अनादांत ती घरातून निघाली.

इकडे आज सलीन खूप बिझी होता पण मनात सारीकाची वाटही तो बघत होताच. सारिका आलीय हे पिवून ने सांगितलं आणि जरा घाबरलाच तो, मनातच त्याचा गोंधळ उडाला होता. का कुणास ठावून धुक-धुक वाढली त्याची. पूर्वी त्याची प्रियसी ऑफीसमध्ये यायची तेव्हा कसं सगळं पुलकित होवून जात होतं पण आज एक बायको ऑफीसमध्ये हक्काने आली होती. मनाला शांत केलं त्याने,

"ती आली ना, दोन पाऊल समोर टाकलीत तिने....
मग माघार माझी कशाला?"

“नाती गुंतलीय माझी....
मग मी का नाही?
प्रीत अशी बहरू दे माझी....
सुरवात माझी का नाही?
घे ना मना भरारी अशी....
जरी पंख मज नाही!
प्रीत अशी बहरू दे माझी....
ज्याचा अंत कधीही नाही!”

"घे रे भरारी माझ्या मना, नकोरे थांबवू परत प्रीतीला "

असं म्हणून त्याने कॅबिनच दार उघडलं आणि तिला गोड हसऱ्या चेहऱ्याने आत घेतलं.

दोघही थोडे दचकलेले पण मनांच्या गुंत्यासाठी तयार होते. बस हवी होती ती एक झेप जी एका धाग्यावरून दुसऱ्या धाग्यावर सहज पडावी अशी आणि तो प्रीतीचा गुंता गुंतावा.

"कारण नातं हे दोन्हीकडून सारखंच असावं लागतं.
प्रीतीच जाळं तयार होण्यासाठी,
दोन्ही मनाच्या धाग्यांना गुंतावं लागतं...
तेव्हाच प्रीत बहरते...
हो ना?"

सारिकाने जेवनाचा डब्बा उघडला आणि छान टेबलवर लावला. दोघेही एकमेकांना बिचकत जेवत होते. कधी तो अलगत तिच्याकडे बघत होता तर कधी ती चोरून त्याला. घास जणू अलगत फिरत होते गालातल्या गालात जसे ते फिरत होते मनातल्या मनात.

सलिनला सारिकाची स्तुती करायची होती; पण तोंडातले शब्द घासांसोबत फिरत होते. शब्द ओठांवर येवून परत घासांसोबत गिळल्या जात होते.

सारिकाचा श्वास फुलत होता. तिला बोलायचं होतं पण कळत नव्हतं काय बोलावं...

मन त्याच्यात शिरत होत पण मेंदू ओढत होतं. चालली होती दोघांची खेळी प्रेमांकुराआधीची. शब्द आता ओठांवर फुटण्यासाठी आतुर झालेच होते.

तेवढ्यात मार्केटिंग मॅनेजरने दारावर थाप दिली आणि सलीन त्याला यायला सांगितलं,

"सॉरी सलीन, तुला मधेच त्रास देतोय."

"काही हरकत नाही मित्रा, झालंय काय?"

"आज ती साडी घालून दाखवणारी मॉडेल आली नाही!"

एवढं बोललाच होता तर प्रोडक्शन युनिट मध्ये गोंधळ माजला. आणि मार्केटिंग मॅनेजर रूममधून तडकापडकी निघून गेला. सलीनला पूर्ण गोष्ट कळली नव्हती. तो आता त्याच्या जागेवरून उठणारच होता पण जरा उठून तो परत बसला.

शेवटी ओढलं त्याच्या मनाने त्याला, सारिकासाठी!

भाग ४. मग अशी बहरली प्रीत

सलिन, प्रोडक्शनकडे आला नाही म्हणून परत मॅनेजर त्याच्याकडे आला,

"अरे, खूपच गोंधळ झाला आहे. ती मॉडेल आज अलिच नाही आणि ती नवीन डिझाईन आज पास झाली नाही तर कलाईन्टला डिलिव्हरी वेळेवर मिळणार नाही. लवकर प्रॉडकशन सुरु झालं नाही तर नवरात्रापर्यंत मार्केट मध्ये साड्या पोहचणार नाहीत. आणि मुख्य म्हणजे आपल्या हातून बिजनेस जाईल. नवीन लॉन्चिंग वेळेवर झालं नाही ना तर सगळं शेड्युल बिघडेल. दोन तासात डिझाईन कन्फॉर्म करायची होती. काही सुचत नाही. आता एवढ्या कमी नोटीस पिरेडवर कुठली नवीन मॉडेल पण येणार नाही."

तेढ्यात त्याच लक्ष सारिकाकडे गेलं, बघूनच म्हणाला,

"वाव वहिनी, चक्क ऑफीसमध्ये आज! काही खास?"

आणि लगेच सलीनकडे बघत म्हणाला,

"अरे मित्रा प्रश्न सुटला! मॉडेल भेटली... "

सलीन गोंधळलाच,

"काय? कुठे?"

माधव सारिकाकडे बघत म्हणाला,

"अरे वहिनी, जरा बघ कि, किती सुरेख साडी घातली आहे त्यांनी. डोन्ट माईंड, पण वहिनीला विचार ना!"

सलीन, "माधव, काही पण... ती कशी..."

मग सारिकाला म्हणाला,

"तू गोंधळू नको, हा काय! काहीपण बोलतो."

मग तेवढ्यात माधवचा फोन वाजला,

"अरे मित्रा हा प्रोडक्शन वाला खुपच त्रास देतोय. तू बोल वहिनीशी. मी ह्याला सांभाळतो."

सारिकाच्या मनाची घालमेल वाढत होती. मन आतून हुरहुरत होत आणि ओठ काय बोलावं म्हणूंन थरथरत होते. मनाला आणि मेंदूला गच्च विश्वासात घेत पिढीजात पाटल्यांना हात लावत सलिन काही म्हण्याआधीच ती म्हणाली,

"मी करते ना..."

सलीन उभा होता, तो एकदम ताडकन खाली बसला आणि मान हलवत म्हणाला,

"नक्की ना, शूटमध्ये घाबरशील तर नाही,
तुला अनुभव पण नाही."

सारिकाने घट्ट पाटल्यांना हात लावला आणि म्हणाली,

"नाही, मुळीच नाही आणि
तुम्ही असणार ना माझ्यासोबत."

तिच्यासाठी तर संधी समोरून चालून आली होती सलीनला स्वतःमध्ये गुंतवण्याची आणि प्रेमांकुर फुलविण्याची. आणि सलीनला तिला त्याच्यापर्यंत पोहचू देण्यासाठी वाट गवसली होती. दोघांनीही चॅलेंज स्वीकारलं होत...

प्रीत बहरवण्यासाठी...

सलीन जरी तिच्यासाठी शुअर नसला तरी तिचा आत्मविश्वास बघून तयार झाला होता. तोही जरा मनातून बावरला होता. काल परवापर्यंत जिच्याशी मनसोक्त बोललो नाही तिच्याकडून हे काम करून घ्यायचं होतं त्याला. तसा त्याच्याकडे वेळेवर दुसरा काय इलाज होता. त्याने माधवला फोन लावला,

"अरे, ती साडी आणि मेकअप असिस्टंटला
शूटिंग रूम मध्ये तयार राहायला सांग.
मी येतोय सारिकाला घेवून, बघू कसं जमत ते."

सलिन शूटिंग रूममध्ये पोहचेपर्यंत सारिकाचा विश्वास वाढवत होता. तिला सगळं सांगत होता. पोहचताच त्याने तिचा हात पकडला आणि पाटल्या दाबल्या गेल्या. सारिका मोहरली... तिचा लगेच हात सोडून त्याने तिला खांद्याला पकडून डोळ्यात डोळे टाकून म्हटलं,

"तू करू शकतेस. आणि फक्त तूच करू शकतेस.

बायको आहेस माझी!"

तासभर फोटो शूट सुरु होता. समोरून कॅमेरा, लाईट अँड स्माईल म्हणताच सारिका दणादण नवीन साडीमध्ये पोझ देत होती. समोरच्या खोलीतून सलीन तिला असं बघून प्रत्येक फोटोच्या क्लिक वर स्वतःच नव्याने क्लिक होत होता. सगळ्या जुन्या प्रियसीच्या आठवणी डिलीट होत होत्या. शूट संपताच तो आत आला आणि सारिकाला अगदीच समोर नवीन लुक मध्ये बघून मनातच हसला.

माधवने पहिला शब्द म्हटला,

"माईंड ब्लोईंग! डिझाईन पास झालीच समजा!"

सलिन अधिकच फुलला, मुठभर मास वाढून छाती ताणल्या गेली होती त्याची. तिच्या हातात हात घालून तो तिला सर्वांमधून घेवून स्वतःच्या कॅबिन मध्ये गेला.

लगेच साडीचे लुक बघून डिझाईन फिक्स झाली आणि पॉम्पलेट तयार करण्यासाठी सुरुवात झाली. या वर्षीच्या नवरात्रिच्या साडीची जाहिरात सारिकाच्या नावाने फिक्स झाली होती. आणि मनात प्रीतीची गाठहि पडली होती.

माधव सलिनकडे आला आणि त्याने सारिकापुढे कंपनीच्या साड्याच्या जाहिरातीसाठी मॉडेल म्हणून प्रस्ताव मांडला. सलीन सारिकाला म्हणाला,

"निर्णय तुझा आहे. सावकाश उत्तर दे.

तुझ्या कुठल्याही निर्णयात मी मनाने सोबत असेन."

सलीनच असं न चिडता उत्तर देणं तिला मनातून सुखावून गेलं. खरं तर त्यानेच तिला लग्नानंतर रागात नौकरीसाठी नाही म्हटलं होतं आणि आज तो तिच्यासाठी बदलला होता. तिला अजून काय हवं होतं.

बंधन तुटले होते आणि,

नात्याचावीण निश्चित झाली होती.

दोन्हीकडून गुंतण्यासाठी.

संध्याकाळ झाली होती. दोघेही परत घरी गप्पा करत निघाले. सासूने स्वयंपाक तयार ठेवलाच होता. घरात हलकीशी सुखाची चाहूल सुरु झाली होती. सासूने अलगद ती दोघांच्याही चेहऱ्यावर टिपली होती.

दुसऱ्यादिवशी सारिकाने सर्व गोष्ट सासूला सांगितली. कधी नव्हे ते मुलाच्या आयुष्यात आनंदाचे क्षण सारिकामुळे परत येणार म्हणूंन त्याही आनंदी झाल्या आणि तिच्या डोक्यावर हात ठेवत म्हणाल्या,

"तू हो पुढे, नवरा सांभाळ, मी बाकी सर्व बघते,

बघते कोण काय म्हणते तर?

तुम्ही दोघेही मन लावून काम करा आणि मन जुळवा.

कुणाला काय उत्तर द्यायचं ना ते मी देईल."

इकडे दिवसभर सलीन सारिकाचे साडीतले फोटो कॉम्पुटरवर माउस क्लीक करत बघत होता. तेढ्यात त्याच मोबाइल वाजला, सारिकाचा दिसताच त्याने तो पटकन उचलला, समोरून तिने साडीच्या मॉडेलिंग साठी होकार कळवळा होता. सलिनलाही तिच्या ह्या निर्णयाचा आनंद झाला आणि तिची ओढ वाढली. फोन ठेवताच त्याच लक्ष फोनच्या त्याच्या जुन्या वॉलपेपरवर पडलं आणि मग त्याने तो फोटो बदलून सारिकाचा लावला.

आता दोघामध्ये संवाद वाढला होता. सारिकाच्या ऑफिसला जाणं वाढलं होतं. तिने पुढच्या पाच वर्षासाठी कॉन्ट्रॅक्ट साईन केला होता. एकमेकांच्या आवडी निवडी कळायला लागल्या होत्या. खरंतर लग्नानंतरचे दिवस ते दोघे आता अनुभवत होते.

त्या रात्री दिनांक बदलताच लग्नाच्या वाढदिवसाला सलिनने सारिकाला अतिशय गोंडसपणे, अलगत प्रपोझ केलं आणि त्याने त्याचा हात समोर केला. तोच सारिकाचं लक्ष त्याच्या हातावरच्या टॅटू वर गेलं. त्याच टॅटूच्या नावाला धरून सुंदर डिझाईन कोरली होती ज्यात दोन SS स्पष्ट दिसत होते.

सारिका मनात सुखावली होती तोच सलिनने तिच्या गालावर पडणाऱ्या लटा सावरत तिला अलगत मिठीत घेतलं. तिला गच्च मिठी मारताच त्याला खऱ्या प्रेमाची अनुभूती आतून झाली. दोन तन एकमेकांना जुळताच मनाच्या वेदना दूर झाल्या आणि हळूच प्रेमाची सुरुवात झाली.

सकाळी सलीनला आनंदी बघून घरात सुंदर वातावरण होतं. आज कितीतरी दिवसांनी तो त्याच्या आवडीचं गाणं गुणगुणत बाईक साफ

करत संध्याकाळच्या सर्प्राइझच प्लॅन करत होता. सुनेच्या चेहऱ्यावरचं तेज आणि नात्यातला आत्मविश्वास बघून सासूबाई म्हणाल्या,

"सारिका, माझा तुला पिढीजात पाटल्या
देण्याचा निर्णय चुकीचा नव्हता.
मागच्या कही पिढ्यांचा आशीर्वाद दळलाय त्यात.
जो अनंत आत्मविश्वास देतो."

सारिकाने सासूला मिठी मारली नंतर त्या आनंदाने म्हणाल्या,

"अशीच आनंदी राहा, तुझी प्रीत अशीच बहरत राहो!"

तिला धन्यवाद देत त्या खोलीत निघून गेल्या.

सलिन नंतर स्वयंपाकघरात लुडबूड करत सारिकाला छेडत होता आणि घर आनंदाने बहरत होतं.

प्रीतला अंकुर फुटलं होतं आणि ती बहरायला सुरुवात झाली होती, नवीन आव्हानांसाठी.

आज सलीनच मन ऑफिस मध्ये मुळीच लागत नव्हतं. दिवस त्याला खूप मोठा वाटत होता. कधी घरी जातो म्हणून सारखा घडी बघत होता. सारीकाही लग्नाचा शालू आणि त्याच्या वरचे माचींग दागिने निट जमवत सगळी तयारी अगदी दुपारपासूनच करत होती. तिची ओढ आणि वागण्यातला बदल बघून घर आणि घरातले सर्वच मनांतल्या मनात हसत आनंदी होत होते. घरात सारिकाच्या पाउलाने लक्ष्मी फिरत होती.

रात्री घरात छोटीशी पार्टी होती, दोघेही खूप खुश होते. सलीन सारिकाला लग्नातल्या शालूत सजलेलं बघून अगदी घायाळ झाला होता. सलिनने आज त्याच फेसबुक स्टेटस बदललं होतं. सारिकांसोबतचा झक्कास फोटो अपलोड केला होता आणि त्यावर पहिली कंमेंट होती 'परफेक्ट मॅच', जी त्याच्या आता नसलेल्या प्रियसीची होती.

कारण आता त्याची प्रियसी सारिका होती.

खरंय कि नाही! नातं बहरवण्यासाठी आणि टिकवण्यासाठी दोघांनाही मेहनत घ्यावी लागते.

नाहीतर असलेलं नातं गंजायला वेळ लागत नाही. आणि वेळोवेळी स्वतःलाही पोलिश करावं लागतं.

कारण प्रीत नेहमी बहरत राहाण हेच प्रीतीलाही प्रिय असते.

5

प्रेमात तुझ्या माझ्या

"प्रेम!"

मुळातच हा अर्धा शब्द,

आणि तो अर्धा अक्षर म्हणजे सारी दुनिया असते कदाचित.

ज्यात आपले जवळचे, जवळपासचे आणि जिव्हाळ्याची लोक असतात.

जे कळत नकळत सहज दोन जीवांच्या प्रेमाच्या दुनियेत शिरतात.

आणि, मग प्रेम करणाऱ्यांना आपल्याच लोकांसोबत युद्ध करावे लागते.

प्रेमासाठी...

> *"मनधरणी करावी लागते,*
> *प्रेमाला सिध्द करावे लागते.*
> *प्रेमाच्या वाटेने आयुष्याकडे एकटेच निघावे लागते.*
> *"*

कदाचित प्रेमवीरांनी स्विकारलेली वाट पुढे जावून अनेकांना मार्गदर्शन करते. पण, त्या वाटेवर चालून त्या दोघांनाच जीवनाचा प्रवास करावा लागतो. वाटेवर असणारे कही काटे हे आपल्याच लोकांनी टाकलेली

असतात, रक्ताळलेल्या पायांनी चालतांना जराही ओरडाव लागत नाही,
कारण आरोपही आपल्यावरच लागत असतो.

मानो या मत मानो पण, हीच प्रेमाची वास्तविकता आहे.

खरच, प्रेमात तुझ्या माझ्या हीसारी दुनिया आहे.

आणि ह्याच दुनियेला सोबत घेत तर कधी कठोरपणा घेत,

जो यशस्वी होतो त्याला हीच मधातली दुनिया सलाम ठोकते.

म्हणूनच प्रेम वीरांच मन नेहमी म्हणत असतं,

"प्रेमात तुझ्या माझ्या,
ही दुनिया रे कैसी?
प्रीत तुझी माझी,
असावी मजवरती.
प्रेमात तुझ्या माझ्या,
ही दुनिया रे कैसी?
नातं आधी तुझ नि माझ,
मग सारी नाती.
प्रेमात तुझ्या माझ्या,
ही दुनिया रे कैसी?
सोड मोह सर्वांचा,
नको करू मनधरणी.
प्रेमात तुझ्या माझ्या,
ही दुनिया रे कैसी?
मी तुझी तू माझा,
ह्यालाच आयुष्य म्हणती.
प्रेमात तुझ्या माझ्या,
ही दुनिया रे कैसी?"

भेटूया अश्या दोन प्रेमवीरांना,
जे प्रेमासाठी वाटेल ते म्हणत आयुष्याच्या वाटेवर सोबत निघालेत.

भाग १. भेट तुझी माझी घडता

"ये, ती माझी सीट आहे, उठ, उठ तिथून."

"पण, मी मागच्या स्टेशन पासून बसलो आहे."

"मी आता चढले ना!

मी रोज ह्याच सीट वर बसते, मग ती माझी आहे."

सारंग पुटपुटत उठला,

"ही रेल्वे काय तुझ्या बापाची आहे?"

"ये, काय म्हणालास?

हो माझा बापच चालवत आहे ही रेल्वे,

बघायचं आहे का तुला?"

सरीचा एवढा उद्धटपणा सारंगने निमुटपणे सहन केला. गरीब आणि चांभार जातीचा मुलगा तो, हुशार होता मग ह्या वर्षी कॉमर्सच्या पहिल्या वर्षाला होता. रेल्वेची पास होती त्याच्याकडे पण सरीच्या दादागिरीला घाबरला होता.

सरीचे बाबा रेल्वे खात्यात इंजिनिअर होते. मग तिला रेल्वेचा प्रवास फ्री होता.

आता रोज दोघांची भेट व्हायची. सरी दिसली कि तो नियमानुसार जागेवरून उठून रेल्वे डब्याच्या दाराजवळ उभा राहायचा.

सरी त्याला बघत असायची. रोज एकाच शर्टमध्ये त्याला ती बघायची मग दुरूनच ओळखायची. बाकी मुलांसारखा चावटपणा सारंगला जमत नव्हता. तो आपला गुमान पडती झाडे बघत एक तास काढायचा. कधी चुकून जरी सरीवर नजर पडली तरी ती लगेच हटवायचा.

त्या दिवशी नेहमीप्रमाणे सरी गाडीत चढली आणि सारंगने त्याची सीट सोडली पण तो उठताच एक उन्नाड मुलगा क्षणाचाही विलंब न लावता त्या जागेवर जावून बसला आणि सरीला उद्धट बोलू लागला.

सरीही काही कमी नव्हतीच पण आता तो तिला हात लावण्याचा प्रयत्न करत होता. तिने दोन त्याच्या गालावर लावल्या तर त्याने सरळ तिचे केस पकळले.

त्या डब्यातले सर्व त्या मुलाच्या वागण्याला घाबरलेच होते. कुणी ओरडत होतं तर कुणी पोलिसांची धमकी देत होतं. तिकडे दारात उभ्या असणाऱ्या सारंगला हा कोलाहाल ऐकायला आला आणि तो बघायला आत शिरला.

सरीला असं केस ओढून त्या मुलाच्या बाहूत बघितलं आणि दोन जबरदस्त गावठी ढूसे तोंडावर लावलीत त्याच्या. तो मुलगा पडला आणि सरीला स्वतः कडे ओढलं त्याने. लागलीच गाडीची चैन ओढली. त्या मुलाला स्वतःला सावरायलाही वेळ मिळाला नाही.

गाडी थांबताच रेल्वे पोलीस डब्यात आले आणि सरीने सर्व प्रकार पोलिसांना सांगितला. सारंगला शाबासकी देवून त्या मुलाला पोलीस सोबत घेवून गेलीत आणि रेल्वे काही वेळाने परत सुरु झाली.

सरी आता सारंगला बघत हळूच म्हणाली,

"वाटत नाही तुझ्याकडे बघून.

की, तुझ्या दोन ढूश्यात एवढा जोर असेल म्हणून."

तो हि हसला, हाताला बघत म्हणाला,

"चटणी मिठाचा जोर आहे, अस्सल गावराणी!

तुला नाही कळायचं, तू ठीक आहेस ना!"

सरीने हात समोर केला,

"मी, सरी इनामदार, डिप्लोमाच्या पहिल्या वर्षाला आहे.

बाबा रेल्वत आहेत माझे. धामणगावात राहते मी, तू ?

मैत्री करशील माझ्याशी."

सारंगने हात पुढेच केलाच नाही,

"मी सारंग ढोके,

कॉमर्सच्या पहिल्या वर्षाला प्रवेश घेतला आहे.

पुलगाव वरून रोज बसतो.

आणि तू नेमकी माझ्याच डब्यात बसतेस.

बऱ्याचदा डब्बा बदलला मी पण तरीही तू त्याच डब्यात शिरतेस."

सरी हसायला लागली,

"अरे मीही तू दिसायला नको,

म्हणून डब्बा बदलते पण तू दिसतोसच.

पण बर झालं नाहीतर आज माझं खरं नव्हतं,

तो मुलगा गुंड मवाली वाटला मला."

"हो, तुझा जोर तर माझ्या सारख्यावरच चालतो ना!

अजून दोन ताणून लावायच्या होत्या,

बाबा रेल्वेत आहेत ना तुझे!"

"अरे पण गवसलं नाही मला, लावल्या तर होत्या मी, पण..."

आणि मग ती हाताची बुक्की सारंगने केली होती तशी करून बघत होती. स्वतःच्या हाताला मारून बघत होती.

सारंग हसला आणि त्याने बुक्की कशी मारण्यासाठी बांधतात हे सांगितलं. अमरावती आली होती दोघेही गाडीतून उतरले. दोघांचे कॉलेज विरुद्ध दिशेने होते.

"ये, तुझं कॉलेज केव्हा सुटतं?"

"सरी, मी जरा उशीला घरी जातो,

ग्रंथालयात बसून अभ्यास करतो. नंतर,.. मी .."

तो जरा बोलता बोलता थांबलाच.

"नंतर काय करतो?"

"जावू दे, मला उशीर होत आहे."

"सारंग मी तीनच्या रेल्वेने घरी जाते."

"बर, भेटू."

अस म्हणत दोघही कॉलेजला निघाले.

सरी तीनच्या ट्रेनसाठी रेल्वे स्टेशनवर पोहचली होती पण सारंग तिला दिसत नव्हता. तिने खूप वाट बघितली पण तो काही आला नाही, शेवटी रेल्वे आली आणि सरी हिरमुसल्या चेहऱ्याने घरी परतली.

दुसऱ्या दिवशी तिला त्याला भेटायची खूप ओढ होती, डब्यात शिरतानांच तिला दुरूनच सारंगचा तोच फिक्कट निळा शर्ट दिसला आणि ती त्या जागेवर आली, तिला बघताच सारंग उठला.

"अरे बस, आज उभी राहते मी,

तू काल आलाच नाही तीनच्या ट्रेनला,
कॉलेज सकाळच असतं ना तुझं?
माझं सगळं आटपून मी तीनच्या ट्रेनला पोहचते.
तुझं कॉलेज दोनपर्यंत संपतं कदाचित, हो ना?"
"हो, पण मी ग्रंथालयात असतो ना नंतर."
"दिवसभर राहू देतात तुझ्या कॉलेज मध्ये ग्रंथालयात?
भारी. आणि तू राहतोस! मला तर कंटाळा येतो."
"तुझ्यासारखे पुस्तकं नाहीत ना माझ्याकडे. मग..."

आता हिला काय सांगायचं म्हणून सारंग फक्त स्मित हसला. तो कॉलेज मध्ये तीनपर्यंत थांबून तिथेच शेजारी असणाऱ्या जुत्याच्या कंपनीत दुपारच्या शिफ्टला कामाला जायचा आणि रात्री नवची ट्रेन पकडायचा. त्याचं रोजचं ठरलं होतं.

रोज सरी त्याच्याशी बोलायची आणि भेटायची पण परत येतांना तिला एकटेपणा जाणवायचा आणि कसतरी व्हायचं. सकाळी सारंगशी बोललं कि तिचा मूड मस्त होत होता. दुपारपासून तिला त्याची ओढ लागली असायची आणि मग तो दिसला की ती सारंकाही कालपासूनचं बोलून मोकळी व्हायची.

सारंग रोज सरीची बडबड ऐकून घ्यायचा. त्याला तिचं असं बोलणं खूप आवडायचं. सवय झाली होती त्याला तिच्या अश्या मोकळेपणाची. दिवसभर त्याला तिचे शब्द ऐकू येत असायचे. आणि तो उद्याची वाट बघत असायचा.

तसा तो शांत होता, खूप बोलायचा नाहीच. बोलला तर खूप मोजकं बोलायचा.

हळूहळू प्रत्येक भेट ही बहरत गेली. भेटी घडत गेल्या आणि मनाच्या गाठी पडत गेल्या हे कळलंच नाही त्या दोघांना.

सहवासाने आणि मैत्रीने ते दोघे एकत्र येत होते.

भाग २. माझे मला कळेना

आज सरीच्या क्लासचा मास बंक होता. सारे कॉलेज सोडून फिरत होते. तीही मैत्रिणीसोबत चौकात फिरत होती. सारंगच्या कॉलेजच्या जवळच भटकत होती मैत्रिणीसोबत. एक नजर त्याच्या कॉलेजच्या गेटवर होती तिची, आणि मैत्रिण गीताने छेडलं तिला,

"सरी कुणाला बघायचं आहे तुला?

कशी भारभीर बघतेस ग किती वेळची. ते कॉलेज केव्हाच सुटलं ग.

कॉमर्स कॉलेज ते, काही मुलं करत नाहीत नियमित.

इकडल्या मुलांना काय टापतीस? कुणी मिळणार नाही.".

"ये, नयन सुख घेते आहे.

बघते कुणी निघत का ह्या गेटमधून दमदार अस्सा!"

मैत्रीण गीता हसली आणि मग तीही बघू लागली, आता आईसगोळा ही संपला होता. सरी परत घ्यायला गेली, गीताने अडवलं तिला,

"चल आपण त्या रेस्टोरेंटमध्ये काही खाऊ,

इथल्या कचोऱ्या मस्त असतात."

"हो, चल मलाही भूक लागली आहे."

मग दोघीही मैत्रिणीचा ग्रुप सोडून रेस्ट्रॉरंटमध्ये गेल्या पण सगळं लक्ष सरीच सारंगच्या कॉलेजच्या गेट वर होतं. आणि तिला तो फिक्कट निळा शर्ट दिसला, ती ताडकन उठली, घाईत म्हणाली,

"गीता, थांब ग, तू ओर्डर कर, मी वाशरूम मधून येते."

ती बाहेर आली. सारंगला हातवारे करू लागली. सारंग आपल्याच नादात गेटमधून निघाला, त्याचं कुणावर लक्षही नव्हतं. सरीला त्याच्यापर्यंत पोहचायला रोड ओलांडावा लागत होता; मग ती सिंग्नलची वाट बघत त्याला आवाजही देत होती; पण पठ्ठा आपल्याच नादात, पुढे चालत होता. नजीकच्याच गेटमध्ये शिरला. त्यालाही कुठे माहित होतं सरी त्याला आवाज देत आहे म्हणून.

सरीने रस्ता ओलांडला आणि त्या गेटजवळ पोहचली, वॉचमनने अडवलं तिला,

"मूली, एन्ट्री कार्ड आहे का?"

"अहो, तो निळा शर्ट वाला मुलगा..."

"तो इथे काम करतो."

"तुझं काय?"

"तो कधी सुटेल?"

"तो दुपारच्या शिफ्टला असतो.

रात्री आठ वाजता निघेल इथून,

तुला कुणाला भेटायचं आहे? नाव नोंदव, आणि जा."

"नाही, मला त्याला भेटायचं होतं."

"तो आता नाही येणार बाहेर."

"माफ करा, निघते मी. "

सरी हळूच मागे फिरली. पलटतांना तिची नजर कंपनीच्या बोर्डवर पडली, जुते बनवण्याची कंपनी होती ती. परत रेस्टोरेंटमध्ये आली आणि गुमान कचोरी खात बसली. मनात खूप विचार होते आणि सारंगबद्दल मन भरून आलं होतं तिचं. आज तिला घरी पोहचेपर्यंत सारंग आठवत होता. त्याचा एवढा विचार का करतो आहे आपण हे ही तिला कळेना झालं होतं. पण विचार सुटत नव्हता मनातून. का कुणास ठाऊक तिला ती कळतच नव्हती. रात्रीही त्याचाच विचार मनात कोलाहल माजवत होता. आपण त्याच्या प्रेमात तर पडलो नाही ना ह्या विचाराने ती कडा पलटून पलटून मनालाच विचारत होती.

> *"माझे मला कळेना...*
> *मन माझे आता रमेना.*
> *तुझ्या भेटीची ओढ संपेना.*
> *माझे मला कळेना...*
> *प्रीत म्हणावी का याला उमजेना.*
> *तुला बघण्याची आस सुटेना.*
> *माझे मला कळेना..."*

दुसऱ्या दिवशी परत सारंगशी भेटण्याची तिची उत्सुकता शिखराला पोहचली होती. आज ती लवकर तयार होवून निघाली. पुलगाव येईपर्यंत

ती नुसती भारभीर बघत होती.

तो दुरून दिसताच तिला हायसं झालं. आता गाडीच्या डब्यातले सहप्रवाशीही त्यांना ओळखत असायचे. रोजचे जवळपास तेच लोक असायचे, नौकरी करणारे आणि शिक्षणासाठी शहरात जाणारे मग तोंड ओळख होतीच.

मग आज तिला त्या भावनेमध्ये सारंगशी बोलणही अवघड वाटलं. आतापर्यंत तिला हि जाणीवच नव्हती; पण आज तिला खूप बोलायचं असूनही जवळपासची सर्वच आपल्यालाच बघत आहे असा भास होत होता. मनाला अलगत त्याच्या असल्याने खुमारी चढली होती. उद्धट सरी आ लाजत होती.

हळूच त्याला म्हणाली,
"काल मी तुझ्या कॉलेजकडे आलेली.
तू दिसला होता मला, त्या कंपनीत जातांना!"
"अरे मग आवाज द्यायचा ना,
थांबलो असतो मी."
"मी खूप आवाज दिले तुला."
"असं, पण मला नाही ऐकायला आलं काही..."
"तू तुझ्या नादात होतास..."
"हो असेल ग, मी कॉलेज नंतर कामावर जातो."
तो जरा हसला आणि म्हणाला,
"माझे बाबा इंजिनिअर नाहीत,
जुते पोलिश करतात आणि मी कामाला जातो.
रेल्वे फ्री नाही मला.
काम केलं नाही तर पैसे कुठून येणार, पासचे!
आणि पास काढूनही तुझ्यासारख्या मुलीची दादागिरी
गुमान ऐकून घ्यावी लागते."
"मला माहीत नव्हतं हे, सॉरी."
"जावू दे ग, सहज गंमत केली.
पण खूप आनंद होतो मला तुझी बडबड ऐकली की.
हा एक तास दिवसभराचा रेचार्ज असतो माझ्यासाठी."

"अरे रेचार्जवरून आठवलं, नंबर दे ना तुझा!"

"नाही ग अजून, पण घेईल मी लवकरच, एखादा जुनासा,

देतो मग. बघ बाबा तुझा देत असशील तर दे!"

"हो हो.. .लिही."

आणि मग अमरावती आली, आज सरीला गाडीतून उतरावं वाटत नव्हतं आणि आज काही औरच भासत होती सारंगला सरी. पहिल्यांदा कुण्या मुलीशी एवढा खुलला होता तो. स्वतःची परिस्थिती माहित होती त्याला; पण तरीही का कुणास ठाऊक, ओढल्या जात होता. कुठतरी मनाला भावली होती सरी त्याच्या.

तिच्यासाठी विश्व बदलायला तयार होता मनातूनच; पण विचारांनी पुरता चिंतिती होता मग हळूच मागे वळला, तिला बघितलं. तशी तीही वळली होतीच. ती दूर निघून जाईपर्यंत तो तिला आज वळून वळून बघत होता. आणि ती सरीची छबी त्याच्या मनात शिरली.

कॉलेजमध्ये पोहचेपर्यंत तो तिचा विचार करत होता. कधी कॉलेजच्या फाटकातून आत शिरत खोलीत शिरला कळलंच नाही. आता समोर त्याला सरी दिसायला लागली होती. सर्वीकडे सरीला बघून मनोमन मोहरत होता. सरीचा उद्धटपणा आठवत होता. तिच्या प्रत्येक शब्दांवर विचार करून मन हसत होतं, आणि गाल उगाच हलत होकार देत होते. खरच आपल्याला कुणी आवडू शकतं हे त्यालाच कळत नव्हतं. जणू मन म्हणत होतं,

माझे मला कळेना...

"याला प्रेम म्हणू कि काय वळेना.

तुझ्या भेटीची ओढ सरेना.

माझे मला कळेना...

तुला माझं म्हणायला जमेना.

तरी तुझा दुरावा सोसवेना.

माझे मला कळेना..."

෭෨

भाग ३. हृदयात वसंत फुलला

रोज भेटणं, आणि दिलखुलास गप्पा करणं सुरु होतं. जरा प्रेमाच्या वसंताची चाहूल लागली होती; दोघांच्याही हृदयाला. त्या एका तासाच्या प्रवासात दोघांचही हृदय आनंदाने मदमस्त होत सुखावत होते. तो रेल्वेतला सुखद प्रवास त्यांच्या आयुष्यचा सुंदर वेळ होता जणू.

आता ती दोघही ट्रेन मध्ये बसत नव्हती, दाराजवळ राहून मनमोकळे बोलायचे. कधी धक्क्याने एकमेकांना स्पर्श होत होता; तर कधी एकमेकांना ते सावरायचे. सारंगच निट लक्ष असायचं तिच्यावर, कुणाचाही तिला त्रास होवू नये असाच प्रयत्न असायचा त्याचा. सरीलाहि त्याच्या सहवासात अगदीच सुरक्षित वाटायचं. त्याचा होणार स्पर्श तिला क्षणभर मोहून टाकायचा. वरवर आवरायची स्वतःला; पण हवीहवीशी जवळीक होती. जणू हृदयातल्या वसंताची मागणी! ती मैत्री होती कि ओढ, वाढतच गेली.

बावळटशी सरी आता सारंग सोबत दूरचा विचार कारायल लागली होती. त्याच्या शिवाय कुठला विचार ती करू शकत नव्हती. हृद्य गुंतले होते आणि प्रेमाच्या वसंताचे आगमन झाले होते. सारंग व्यवहारात हुशार होता आणि जुते कसे बनवायचे आता त्याला पूर्ण कळलं होतं. विचार होता त्याचा, लहानसा उद्योग सुरु करण्याचा. वर्ष संपायला आलेल आणि परीक्षा संपून विद्यापीठाला सुट्या लागल्या होत्या पण हृद्य गुंतली होती. तसा सारंग कामासाठी रोज अमरावतीत यायचा; पण सरी येत नव्हती. मग तिनेही घरी जिद्द करून काही कॉम्पुटर क्लासेस लावून घेतले आणि मग दोघही भेटायचे.

आता ते इतर लोकांच्या लक्षात येवू लागले होते. मग गुंतलेले हृद्य लपणार नव्हतेच. आणि मनात बहरलेल्या वसंताचा सुगंध थांबणार नव्हताच. त्या दिवशी सारंग नेहमीच्या भेटण्याच्या ठिकाणी पोहचला नव्हता. चक्क तीन तास वाट बघून हिरमुसलेली सरी घरी परतली होती परत उद्याची वाट बघत.

मनातच ठाम ठरवून होती कि खूप रागवणार. पण दुसऱ्या दिवशीही तो आलाच नाही. सरीच्या हृदयाला विचारांनी खायला सुरुवात केली होती. काय घडल असावा ह्याचा ती शोध घेवू शकत नव्हती. त्याने दिलेला नंबर कुणीच उचलत नव्हत. मनाची चिडचिड चेहऱ्यावर दिसत होती आणि सरी चिडचिड करत कंटाळली होती. भेटीच्या जागी रोज जायची, सारंगची वाट बघायची आणि हिरमुसल्या चेहऱ्याने परत यायची.

सात दिवस झाले तरी सारंग आलच नव्हता आणि सरीकडे भेटीच्या जागी जावून वाट बघण्या खेरीज इलाज नव्हता. आज तिचं मन जायला तयार नव्हंत; तरही जरा उशिरा मनाने हेलकावणी दिलं आणि ती निघाली. ट्रेनमधून सारंगचा हात बाहेर आला आणि तिला त्याने आतमध्ये ओढलं, तशी ती त्याला बिलगली, रडायलाच लागली. त्याने तिला सावरायचा प्रयत्न केला. जरा आजूबाजूचेही बघायला लागले पण सरीचा दाटलेला कंठ सारंगला बघताच सुटला होता. सारंग ने तिला शांत केले आणि हळूच म्हणाला,

"बाबा नाही राहिलेत माझे म्हणून नाही आलो.

येणारच होतो, काम नाही केलं तर कसं चालायचं आमचं.

तू येत होतीस ना रोज तुझ्या क्लासला?

आणि मला तुझ्याशी काही बोलायचं आहे."

अमरावती आली होती आणि दोघेही उतरले. सारंगची दुपारची शिफ्ट असायची तो फक्त तिच्यासाठी सकाळी यायचा आणि सरी आज क्लास बंक करणार होती. दोघेही तिथेच रेल्वे प्लॅटफार्मवर बसले. सारंग जरा मंद आवाजात म्हणाला,

"तू गुंतती आहेस माझ्यात आणि कदाचित मी पण.

पण, आपल्याला थांबायला हवं आता.

तू चांगल्या घरची मुलगी आहेस आणि मी...

आता कसं सांगू तुला?

अग मी जातीने तुझ्या तोडीचा नाही आहे आणि तू...."

"आणि मी वरच्या जातीची, हो ना?

मग तुझ्या माझ्या प्रेमात ही जात येईल असं वाटतं ना तूला?

हो, माझं प्रेम आहे तुझ्यावर.
आणि, तुझ्या माझ्या प्रेमात ह्या जातीला
काय मी कुणालाच येवू देणार नाही.
तू का ठरवतोस? मी थांबव म्हणून?
तू मला सुरु कर असं कधी म्हणालास,
मग आता का? आता मी मागे वळू शकत नाही.
मी खूप दूर आली आहे, आणि तुझ्यासोबत राहणार."

सारंग नि:शब्द झाला होता तिच्या उत्तरावर, त्याला जे कळत होतं, ते तिला तो कसा समजवणार होता. प्रेमाचा सागर खूप दूर आहे आणि त्याला गाठायला वाहत जातांना तुझ्या माझ्या प्रेमात मधात येणारी प्रत्येक गोष्ट ही बाजूला करणं फार अवघड आहे हे तिला सांगणे अशक्य झाले होते सारंगला. अलगत त्याने तिला गच्च मिठीत धरलं आणि म्हणाला,

"हा क्षण तर जगुदेत मला, प्रेमात तुझ्या माझ्या
आता जे असेल ते असेल पण हृद्य गुंतलीत
ह्या वाटेवर येण्यासाठी; पण साथ तुझी देशील तर,
मी तुझा, तू माझी.
मग, तुझ्या माझ्या प्रेमात, हि दुनिया रे कैसी?"

ना कुणी कुणाला प्रेमासाठी बोललं होतं, ना काही, तरही हृदयाला ती भाषा कळली होती,

"गुंताता हृद्य हे, भाषा ना उरली...
प्रीत तुझी माझी मनात भरली.
गुंतता हृद्य हे, मज तुझी आस जडली...
साथ तुझी आता मी जीवनात धरली."

आणि आज प्रेमानेच प्रेमाला होकार दिला होता. खूप मोठ्या वादळाला आमंत्रण पोहचले होते. दोघांनीही हातात हात घेतला आणि एकमेकांना मनोमन खंबीर केलं. आता हृद्य गुंतलीत हे दोघांनाही कळले होते.

भाग ४. तुझ्या माझ्यात ही दुनिया कैसी?

दिवस भराभर जात होती. दोघांचाही तो एक तास दोघांनाही दिवसभरासाठी प्रफुल्लीत करत मनाचा गुंता वाढवत आणखीनच घट्ट करत होता.

सारंग जुते कशे बनवायचे हे पूर्ण शिकला होता आणि आता त्याला स्वतःचा व्यवसाय सुरु करायचा होता. लवकरच त्याची अंतिम वर्षाची परीक्षा होती.

घरच सगळ निभवून थोडीफार रक्कम त्याच्याकडे होतीच. सरीचेही डिप्लोमाचे अंतिम वर्ष होते. डिप्लोमा नंतर तिला पुढे BE करायचे होते. त्या दिवशी त्यांना दोघांना अगदीच जवळ बसून सरीच्या काकाने गप्पा करतांना बघितलं आणि घरी सांगितलं.

सरी घरी आली तेव्हा बाबा घरी होते आणि तिची वाट बघत होते. तेवढ्या वेळात सारंगची पूर्ण माहित बाबांच्या हातात होती.

"सरी, काय सुरु आहे तुझें? तुझ्याकडून ही अपेक्षा नव्हती!"

"काय बाबा? "

"हा सारंग कोण? काय करतो तुझ्यासोबत?"

"मला आवडतो तो, प्रेम आहे माझे त्याच्यावर."

"सरी, असला मुलगा चालायचा नाही आपल्या घरात."

"कसला? काय कमी आहे त्याच्यात.
आम्हीं लग्न करणार आहोत."

"म्हणजे! परस्पर सगळं ठरवलं पण का?
आम्ही कुणी नाही तुझे?"

"आहात ना, आईबाबा,
तुम्हाला सांगितल्या शिवाय करणार नव्हतेच काही,
आणि त्याला बराच अवकाश आहे, लागलीच लग्न करणार नाही
आम्ही आणि काही चुकीचही करणार नाही आहोत."

"हे बघ, तू तुझ्या मनासारखा मुलगा निवडावा हे

स्वतंत्र तुला मी दिलय; पण तो खालच्या जातीचा आहे.
समाजात तोंड दाखवायला जागा उरणार नाही.
ते काही नाही, विसरायचं त्याला."
आणि मग त्यांनी सरीच्या भावाला सक्त ताकीद दिली,
"आकाश, तू उद्यापासून हिच्यासोबत जायचं आणि
परीक्षेपर्यंत कॉलेजमध्ये थांबायचं, परत सोबत घरी यायचं."
परत बाबांचा पारा सरीवर चढला,
"हे असलं बंद करा.
आपल्या जातीत काय कमी आहे का मुलांची?
सानेसाहेबांचा मुलगा पसंत करतोय तुला.
एवढे चांगले उच्चशिक्षित आणि उच्चवर्गीय मुलं
असतांना तुला तो जुते शिवणारा आवडला.
खपणार नाही. क्षणाचं असत ते, प्रेम म्हणे!
मोह नुसता, टाक मनातून काढून!"
"नाही! जमणार नाही, तुम्हीच म्हणता ना,
कि माणूस महत्वाचा असतो,
त्याची जात नाही. आणि आता तुम्हीच!
आरती आत्याच्या मुलीने लग्न केले जातीबाहेर
तर तुम्हीच म्हणाले होते ना कि
आता अस काही राहील नाही म्हणून."
"ये पोरी! जास्त बोलती आहेस,
निदान तो मुलगा श्रीमंत घरचा होता.
वडलोपार्जित संपत्ती आहे त्याची.
घराण्याचा दरारा आहे पूर्ण जिल्ह्यात.
आणि हा कोण तो, सारंग!
राहायला घर पण धड नाही त्याचे,
आणि काहीच तोलामोलाचा नाही.
तो काय तुला सुखी ठेवणार?"
सरीची आई भिरभिरल्या नजरेने मुलीकडे बघत होती आणि तिला
तिचा भूतकाळ आठवत होता. जणू आज तिच तिच्या मुलीच्या जागेवर

होती.

ज्या मुलावर प्रेम होतं त्याच्याशी गरीब असल्यामुळे लग्न झाले नव्हत आणि आज तो IAS होता. जरा माझ्या बाबांनी ऐकलं असतं तर...

हा विचार एवढ्या वर्षानंतरही आईच्या मनाला त्रास देत होता. मन मुलीत शिरलं होतं तिचं आणि ओठांना शिवलं होतं त्या अनपेक्षित विचारांनी मग उघडत नव्हते बोलण्यासाठी.

तोच सरीचे वडील ओरडले,

"अनघा! लक्ष कुठे आहे तुझें?

मुलीवर लक्ष दे, थांबव तिला,

समजवून सांग, कोवळं वय आहे.

असल्या वयात उगाच काही घडलं तर,

त्या सारंगच काय जायचं?

डाग आपल्या पोरीवर पडतील."

आईला बोलून बाबा रागातच बाहेर निघून गेले.

आईने मोठा सुस्कारा दिला आणि सरीला जवळ घेतलं. सारंगची माहित काढली आणि तिला सांगितलं,

"बाबा म्हणतात ते काही चुकीच नाही.

पण, तुझा विश्वास असेल त्याच्यावर तर..."

"तर आई, तू मला साथ देशील का?"

"हे बघ, मी बाबांच्या शब्दाबाहेर नाही.

ते जे म्हणतील ते मला मान्य, पण...."

"पण, काय?"

"पण काही नाही, तू अभ्यास कर,

तो जास्त महत्वाचा आहे आता."

पूर्ण परीक्षेभर आकाश सरीचा मोठा भाऊ तिच्यासोबत यायचा, तिनेही फारशी कुरकुर केली नाही, परीक्षा महत्वाची होती. सारंगच्याहि गोष्टी लक्षात आल्या होत्या, पण तोही परीक्षेत मग्न होता.

परीक्षेच्या दरम्यान त्याने बँकेत अर्ज केलेला होता छोट्या व्यवसायासाठी कर्जाचा आणि महिनाभरात त्याला रक्कम मिळणार

होती. सरीच्या मैत्रिणीकडून तिच्या वार्ता कळत असायच्या. सारंगचा नंबर आता तिने सरीला दिलेला मग दोघांच लपून बोलणेही होत होते. दोघेही एकमेकांची हिम्मत वाढवत असायचे.

सारंगलाही सरीला तिच्या घरच्यांपासून तोडायचं नव्हत; मग तो तिला समजवायचा आणि सरी वडिलांची मनधरणी करण्याचा प्रयत्न करायची.

दोघांचेही मन जणू म्हणायचे,

"प्रेमात तुझ्या माझ्या,
ही दुनिया रे कैसी?
प्रीत तुझी माझी,
असावी मजवरती.
प्रेमात तुझ्या माझ्या,
ही दुनिया रे कैसी?
नातं आधी तुझं नि माझं,
मग सारी नाती.
प्रेमात तुझ्या माझ्या,
ही दुनिया रे कैसी?
सोड मोह सर्वांचा,
नको करू मनधरणी.
प्रेमात तुझ्या माझ्या,
ही दुनिया रे कैसी?
मी तुझी तू माझा,
ह्यालाच आयुष्य म्हणती.
प्रेमात तुझ्या माझ्या,
ही दुनिया रे कैसी?"

दोन महिन्यांच्या अथक परिश्रमानंतर सारंगचा जुत्याचा पहिला स्टॉक बाजारात आला. जेमतेम २० जोड तयार करू शकला होता. बाजारात बसून जुते विकली आणि लोकांचा प्रतिसाद बघून उत्साहित झाला.

रक्कम येत होती आणि तो जोमाने कामाला लागला होता.

आता त्याची आईही त्याला मदत करायची, आणि एक मुलगाही त्याने कामाला ठेवलेला. बाजारात उत्तम प्रतिसाद मिळत होता. कॉमर्सचा निकाला लागला आणि आता त्याला MBA करायचे होते. व्यवसाय आणि शिक्षण एकाच वेळी होण शक्य नव्हत; मग पार्टटाईम प्रवेश घेतला.

सरीही उत्तम गुणाने उतीर्ण झाली होती पण वडिलांनी तिला पुढच्या शिक्षणाची परवानगी दिली नाही. पुढच शिक्षण करायचं असेल तर 'सारंगला विसर' ही एकमेव अट बाबांनी घातली होती.

सरीने उद्धटपणात उत्तर दिल,

"विसरणार तर नाही;

पण पुढे कुणाशी लग्न पण करणार नाही."

"नको करूस, चांगल आहे कि, समाजसेवा कर,

आमच नावं तरी होईल;

पण असल्या मुलाशी लग्न करू नकोस."

"ठीक आहे,

असं आहे तर मी लग्न त्याच्याशीच करणार

आणि समाजसेवाही."

सरीच्या उद्धट उत्तराने दुखावलेले बाबा तिच्याशी बोलणे टाळू लागले आणि आई बाबांची भांडण होवू लागली. आईला सहन होत नव्हते; मग ती सरीवर चिडायची आणि सरी सगळा राग फोनवरून सारंगवर काढायची. सारंगही नेहमी विचारात असायचा, एकीकडे सरी आणि दुसरीकडे व्यवसाय; दोघही त्याला हवे होते.

हळूहळू त्याचा बिजनेस वाढत होता. हातात पैसा यायला लागला होता; मग सारंगने निर्णय घेतला कि तो सरीच्या घरी येणार होता, सरीच्या बाबांशी बोलण्यासाठी. त्याच्यासाठी हे कठीणच होते, पण...

भाग५. साथ तुझी असतांना.

“बावळटपणाच्या वाटेने,
मैत्रीच्या संगतीने,
प्रेमाच्या धुंदीत,
आयुष्यभर साथ मिळवण्यासाठीची धडपड करत;
एक प्रेम कहाणी सुरु झाली होती. ”

घरून निघतांना आज सारंगला भीती होती कि कुठलंच नातं तुटायला नको. एक प्रयत्न करायचा होता त्याला नातं जोडण्याचा.... प्रेमाने. तसा स्वभावाला शांतच होता तो. कमी वयात खूप काही बघितलं होतं.

जवाबदारीची जाणीव होती आणि मेहनत करण्याची तयारी; पण जिथे कान आणि डोळे जाणून बंद केलेली असतात तिथे गुणांना काय वाव! जात आणि श्रीमंती मनावर बंधन बांधली होती आणि त्याच उलंघन करणं, महाकठीण होतं. स्विकार हा साहजिक नव्हताच.

सारंग सरीकडे आला आणि सरीच्या हृदयाने अक्षरशा आवाज देणं सुरु केलं होतं. तशी धडकी त्यालाही भरली होती. सरीच्या वडिलांनी काकालाही बोलावून घेतले होते. जमेतोपर्यंत त्यांना सर्वांना त्याला धाकाने डावलवून लावायचे होते.

रागवून धमकी देवून गोष्ट थांबवायची होती. काय बोलायचं काय नाही, सगळ ठरलेले होते. तो बैठकीत आला तेव्हा सगळे बसून होते आणि तो चोरागत उभा होता.

"काका, मला जरा बोलायचं होतं,
माझं सरीवर प्रेम आहे,
म्हणजे... पक्क प्रेम आहे.
लग्न करायचं आहे आम्हाला.
तुमचे आशीर्वाद हवे आहेत."
"काय? लग्न! आणि माझ्या मुलीशी!
काय मूर्ख समजतोस काय आम्हाला?

जरा तिने थोड आपुलकीने बोललं,
तर तू प्रेम म्हणायला लागलास!
अर्थ समजतो का प्रेमाचा?
चल निघ इथून,
आणि परत कधीच सरीच नाव तोंडावर आणू नकोस.
प्रेम करतच असशील ना,
तर कायमचा विसर तिला...."
"काका, तिला विसरणे शक्य तर नाहीच मला.
आशीर्वाद मागायला आलो होतो;
प्रेमाचा अपमान करवून घ्यायला नाही.
मोठे आहात तुम्ही माझ्यापेक्षा.
समजून घ्याल मला ही आशा बाळगतो."
"ये! स्वतःकडे बघितलं का कधी?
चांबड्याचा वास येतोय तुझा,
आणि तुझी लायकी काय रे?
बाप दारू पेवून निसटला ना ह्या जगातून?
तुझीही तेच गत होणार.
जा दारू पिऊन पड कुठेतरी गटारात.
माझ्या पोरीच्या प्रेमात पडू नकोस.
ती काही माझ्या शब्दाबाहेर नाही."
आणि, मग त्यांनी सरीला रागात आवाज दिला,
"सरी... समोर ये. चल निर्णय घे,
बाबा हवेत कि हा चांभार?
हे एवढं ऐश्वर्य हवे कि त्या झोपडीत राहायचं आहे तुला.
तुला माझ्याशी आणि कुणाशीही कुठलाच संबंध ठेवता येणार नाही."
सरीला सारंगचा अपमान सहन झाला नव्हता, तिलाही राग आला,
"मीही तुमचीच मुलगी आहे, आणि ही माझी जिद्द आहे;
मला सारंगशीच लग्न करायचं आहे."
बाबाने तिच्यावर हात उचलला, पण आई मधात येवून उभी राहिली,
"त्या मुलाकडे काहीही नसले तरी तो कष्टाळू आहे.

जावू द्या तिला, करून देवू ना लग्न.
आपण राहूच ना पाठीशी तिच्या.
भरकटली तर नक्की परत येईल आणि
नाही परतली तर जीवनात विजयी होईल."
"अनघा! काय बोलतेस तू?
कळते का तुला? फूस देते आहे तिला तू.
समाजात काय म्हणतील?"
"नाही, स्वतःच्या अनुभवावरून बोलते आहे,
प्रेमात सर्व दुनिया येते,
पण जेव्हा ते दोघ येतात ना तेव्हा ती त्यांची दुनिया असते.
सारंगच्या डोळ्यात कष्ट करण्याची तयारी
आणि सरीला आनंदी ठेवण्याची मनिषा आहे."

आईचे असं बोलणं ऐकताच बाबा खाली बसले. अनघा, आपली
बायको असं बोलते आहे हे त्यांना क्षणभर बोचत होते. स्वतः मध्येच
गुरफटले होते. शून्यात बघितल्या सारखे निःशब्द झाले होते. मनात
गोंधळ सुरु होता त्यांच्या आणि सर्वांना आता काय होईल ह्याची भीती
वाटत होती.

सरीने सारंगचा हात पकडला, जरा शांतता होती घरात. मग बाबा
उठले आणि म्हणाले,
"चल चालती हो इथून, तुझा माझा काही संबंध नाही,
प्रेमात तुझ्या... माझी संमती नाही."
आणि मग घरात त्यांनी सर्वांना ताकीद दिली,
"सरिशी कुणीही संबंध ठेवला तर त्याचा
माझ्याशी काहीही संबध उरणार नाही."

हे ऐकताच आईने सरीच्या हातातला हात मागे घेतला. नवऱ्याकडे
एक कटाक्ष टाकला आणि तिथून निघून गेली. बैठकीतून सर्व निघून गेले
होते. सरीने स्वतःचे काही कपडे आणि कागदपत्र घेतली. कुणीही बोलत
नव्हते तिच्याशी पण नजरा बोलत होत्या.

जन्माचे घर सोडत तो उंबरठा ओलांडला, दूर निघून जाईपर्यंत ती
मागे वळून बघत राहिली. आणि मग तिची नजर खिडकीवर पडली, जिथे

आई उभी होती अश्रू पुसत, तिचा हात दिसला खिडकीच्या काचांवर. भाऊ बालकनीतून लपून बघत होता. काका काकू कपाळाला हात लावून झोपाळ्यावर बसले होते, पण बाबा कुठेच नव्हते.

सरीने सारंगचा हात घट्ट पकडला, आणि म्हणाली,

"पाठवणी होती कारे ही माझी?"

आणि ती रडायला लागली, रडतच म्हणाली,

"हि जागा आहे ना घरासामोरली इथेच

आमच्या घरची सर्व लग्न होतात,

मी इथे बसू का थोडा वेळ?"

मग, दोघेही तिथेच बसून राहिले. दोघात शांतता होती. सरीला बालपण आठवत होतं, मैत्रिणीसोबतचे खेळ आठवत होते, आत्याच लग्न इथेच झाले होते मनातच आठवून स्मित हसत होती तर कधी डोळे पुसत होती.

सारंगने तिला उठवलं आणि म्हणाला,

"हे बघ मला एक कल्पना सुचली आहे,

आपण लग्न कोर्टमॅरेज करतोय पण रेसेप्शन इथे करायचं.

काही नाही, निदान तुझ्या घरासमोर तर असेल.

नाही येणार कुणी, पण लक्ष तर असेल.

आणि ज्यांना माहित नाही त्यांना वाटेल कि तुझ्या घरच्यांनी ठेवलंय."

सरी चकाकली आणि सारंगला येवून बिलगली, सारंग तिचे अश्रू पुसत म्हणाला,

"तुझी साथ असतांना हे सुचानारच ना मला,

चल निघूया,

आधी कोर्टात जावू, रीतसर फोर्म भरू. मग तुझ्या BE चा फोर्म भरू,

शिकायचं आहे ना पुढे!

नंतर तुला घरी घेवून जातो पाहुणी म्हणून;

पण बायको म्हणून तर ह्या जागेवरूनच नेणार."

सरीने सारंगच्या हातात हात दिला आणि दोघेही निघाले नव्या आयुष्याच्या सुरुवारीला आणि मनात दोघांच्याही विचार घोळत होते.

उर्मिला देवेन

"प्रेमात तुझ्या माझ्या, ही दुनिया रे कैसी?
साथ तुझी असतांना, मज भीत रे कैसी?
"

ᕙᕗ

6

सेमी अरेंज्ड

आजच्या युगात जिथे प्रेमाला उधान आलंय तिथे सेमी अरेंज्ड लग्न काही नवीन नाही.

दोघांनी एकमेकांना पसंत केलं आणि राजीखुशीने लग्न झालं कि त्याला शिक्का लागतो तो सेमी अरेंज्डचा.

रच घरच्यांनी स्वीकारली असतात का अशी लग्न,

किती रस्सी खेच होत असेल त्या दोन मनाची?

स्वतःची मन जपतांना सर्वांच्या मनाला धक्काही न लागू देणं म्हणजे कसोटीच ना त्या प्रेमवीरांची!

आपली निवड हे उत्तम आहे हे दाखवतांना पार पणाला लागतं हे प्रेम.

पण, जिथे नाती जपतांना अहंकाराच्या शिखरावर प्रेमची धार पडते तिथे ह्याचं प्रेमामुळे लग्नासारख नातं बहरतं.

अश्याच दोन प्रेमवीरांना भेटूया पुढच्या कथेत "सेमी अरेंज्ड" मध्ये गुंतलेल्या दोन मनांना...

जी दोन मन आजही वास्तविक आयुष्यात आपल्या मध्येच दिसतील नात्यांना अरेंज करत...

भाग १. उंबरठा

चित्राने उंबरठा ओलांडला आणि कानावर शब्द पडले,
"मुलाची पसंत आहे ती, आणि आपण काय बोलणार?
आजकालची मुलंच ती, ऐकतात का कुणाच!
काय बघितलं कोण जाने तिच्यात...
ना रंग गोरापान, ना नोकदार नाक. असो, अति श्रीमंतही नाही."
"अहो, आत्या, मेंढकिसे हुआ प्यार तो अप्सरा कीस काम की?"
"हो, असलाच प्रकार कदाचित, वाटलं होतं एकटाच एक मुलगा,
चंगली सुंदर सून आणेल मी. सर्व इच्छा गीळल्या आता.
शेवटच पाणी मुलाच्या हातून गिळायला मिळला तरी खूप म्हणा..."
जवळपास असणाऱ्या प्रशांतने चित्राला नजरेने खुणावत शांत केलं.
आणि आईकडे सरसावला,
"काय आई? काय राहिलं आहे अजून.
म्हणजे आता अजून काय रिती राहिल्या आहेत ते सांग तरी?
मी सगळ्या करणार... तुझ्यासाठी.
तू माझं किती ऐकलंस! तुला नाराज नाही करणार बर..."
आईला खूप भरून आलं होतं, तिने त्याच्या पाठीवर हात थोपडला.
"हो रे, माझ्या परश्या, माझ्या लेका.
आता तुझ्या नवरीला घेऊन कुलदेवीला जा बरका!
नंतरच सर्व. नवरीला इकडे माझ्या खोलीत पाठव,
थकली असल ते. जाय, सांग तिले. ये म्हणा माह्या शेजारी."
हे ऐकताच प्रशांतचा चेहरा अगदीच पडला होता. मनात वाटलं काय
मेंदूत शिरलं होतं कि मी आईशी बोलायला आलो.
पण आईला होकार देण्याखेरीज गत्यंतर नव्हता त्याला. मान
हलवली नंदीबैलासारखी आणि चित्राकडे आला.
"ये! काय रे हे भलतंच आता..."
"मला नाही ग माहित, जावूदे ना...
आता एवढे वर्ष वाट बघितली तिथे अजून दोन दिवस."
"मला झोपच लागणार नाही रे."

"मला कुठे लागणार? जावू देत. लग्न मान्य केलय ना आपलं, खूप आहे. करूया तिच्या मनासारखं थोडफार, काही दिवस."

चित्राने मोठा सुस्कारा दिला आणि तयार झाली. पहिल्या रात्रीचा पहिलेपणा गळून पडला होता. श्रुगारातला एक एक दागिना आरश्या समोर काढतांना तो चढवताना मनाने घेतलेली उभारी आता त्याच मनाला वाकुल्या दाखवत होती.

चेहऱ्यावर पाणी शिपलं आणि भास पक्का झाला कि माझ्या पहिल्या रात्रीवरही पाणी पडलं. पाठवणीच्या वेळी अश्रू आले नव्हते ते आता मात्र आले. वाशरूम मधून बाहेर निघतांना ओल्या चेहऱ्याने वाचवलं चित्राला, नाहीतर डोळ्यातले अश्रू स्पष्ट दिसले असते सर्वांना.

आईच्या खोलीत जणू सर्वच बसून तिला बघायला उत्सुक होत्या कि नेमकं काय आहे हिच्यात जिच्यासाठी प्रशांत पूर्ण नातेवायकांशी भांडला आणि स्वतःचा मुद्दा अगदीच पटवून दिला. कुणीच त्याला प्रश्न करू शकले नव्हते.

आत्या सासू म्हणाली,

"अग मेकअप उतरलं कि सर्व रूप खर-खुर असतं बघ;
बस आपल्या पोराला ते दिसू देत,
मग कळेल त्याला आपलं म्हणणं."

"तेव्हा कळून काय फयदा?"

काकी खुर्ची ओढत आणि चित्राला बघत म्हणाल्या.

"नाही, तेव्हढंच आपल्याला समाधान,
पोरगा आपल्याशी तर निट बोलेल."

नंतर हळूच आवाज आला,

"ऐकेल हो, जायची सांगत तेलमीठ लावत, काय सांगता येते काय.
आणि येईल आपलं पोर हाती विचारांची तलवार घेऊन भांडायला."

सासू अलगत म्हणाल्या,

"चला घ्या आपल्या आपल्या गाद्या आणि टाका व्हरांड्यात,
करा आराम, माह्या सुनेले बिन झोपू द्या आता,
ये ग चित्रा ही गादी लावली आहे तुझी, त्या पडयाल उश्या आहेती,
घे तुला लागल तशी."

ती तिच्येया जावूला म्हणाली,

"उमाबाई गळू आणून ठेव व इथ,

पाणी लागल हिले तर गवसणार नाही रातच्याले."

चित्रा जाऊन झोपली तिच्या जागेवर, थकली होती पण हिरमुसल्यामुळे झोपच येत नव्हती. हळू हळू कडा पलटून हिरव्या बांगड्यांचा आवाज होवू नये म्हणूनचा तिचा रात्रभर प्रयत्न सुरु होता. पण नवीन जागा आणि शेजारी सासू! झोप काही लागली नाही.

इकडे पहिल्यांदा प्रशांतला घर परकं वाटत होतं. हिमांगीचे स्वप्न बघत ढाराढूर झोपणार आज पार डोळ्याची पापणीही बंद करू शकत नव्हता. वाटत होतं आता चित्रा येईल आणि म्हणेल, मला झोप येत नाही तिकडे; पण पूर्ण रात्र असं काही झालंच नाही. तिच्या बांगड्यांच्या आवाजाची चाहूल घेत प्रशांत वाट बघत राहिला.

त्याच्या खोलीतल्या भिंती त्याला चिडवत होत्या आणि परदे जोरजोराने हलत जवळ येवू बघत आवाज करत हसत होते. दरवाज्याचा उंबरठा खुणावत होता कि ओलांड... आणि बोलव चित्राला; पण त्याच उंबरठ्याला ओलांडून हिमांगीने यावं ही आस लावून पाहट निघून गेली होती.

सकाळी जरा डोळा लागला पण पाहुण्यांच्या आवाजाने तो दचकून उठला आणि नजरा शोधू लागल्या त्या नजरांना ज्यांनी त्याची त्याच्याच खोलीत झोप उडवली होती.

सकाळी पाहुणे ओसरले होते आणि घरात निवांतपणा होता, उरलेलाच स्वयंपाक होता मग काही फारसं स्वयंपाक घरात करायचं नव्हतं. सगळे आपल्या आपल्या घोळक्यात बसून गप्पा करत होते.

जिकडून तिकडून फूस फूस आवाज कानी पडत होता. प्रशांतची आई कंबरेवर हात ठवून घरासमोर उभी होऊन कुणाशीतरी बोलत होती.

चित्राने हळूच डोकावलं सगळे आपल्या आपल्या मस्तीत मस्त होते. तोच घरचा उंबरठा ओलांडून भाऊ तिला येतांना दिसला. चित्राचा मोठा भाऊ लग्न विधी नंतर पूजेसाठी बहिणीला घ्यायला आलेला.

पाहुण्यांनी आव भगत केलं, कुणीतरी बोललं,

"आमच्यात नाही नेत नव्या नवरीला.

अजून घरची पाहुणे जायची आहेत."

बाहेरूनच सासू ओरडली,

"सुनबाई सामान बांधा. या जावून माहेरी.

तसाही हा भटजी म्हणतोय कि कुलदेवीला जाण्याचा मुहर्त

अजून पाच दिवसाने आहे म्हणून..."

डोळे चोळत प्रशांत बाहेर आला आणि म्हणाला,

"काय! म्हणजे आता चित्रा

माहेरी जाणार आणि मग येणार कधी?"

भावाने जावयाला नमस्कार केला आणि म्हटल,

"या तुम्हीं घ्यायला, लागलीच पाठवतो.

तसं आमच्यात जोड्याने पूजा होतं असते माहेरी.

आता इथे कसं आहे कोण जाने."

सासू बाहेरून ऐकत होत्याच. घरात पाय ठेवत जरा जोमानेच बोलल्या.

"कसं आहे म्हणजे! येईल माहा पोर संध्याकाळी,

पाहुणे हायती घरात. आतासनी नवरीला घेवून जा.

सुनबाई तयारी करा.

उमाबाई , पाहुण्यासनी नाष्टा पाणी द्या आणि

तू रे परश्या जरा ये कि माह्या खोलीत"

चित्राने प्रशांतकडे जरा डोळे वटारून बघितलं आणि प्रशांत भावशून्य होवून पडल्या चेहऱ्याने आईच्या खोलीत शिरला,

"काय आई आता तुझं नवीन अजून..."

"आरे, तू ते कॅब का काय ते बुक कर, जेजुरीला जायसाठी,

म्या भी येणार हाय. लय दिस झालेत गेलीस नाय,

आता तुह्या मुळे माय भी दर्शन होईल."

"आई पण तू आमच्या संगी येणार?"

"तर, काय पराबुलाम हाय का? दर्शनासनी जातंय ना?"

"तसं नाही ग पण आमच्या सोबत?"

"काय ते हनिमूनला नाही जात हयात. मग जावा दोग बी.

आता येवढ केलंस त त्याले काय मी नाही म्हणार हाय."

घर पाहुण्यांनी भरलेलं मग प्रशांत काहीच बोलला नाही, मान हलवत निघून आला. इकडे चित्रा निघण्याची तयारी करू लागली. मानल्या मनात प्रशांत खोलीत यावा असा विचार करत होती आणि प्रशांत जसाही खोलीकडे वडायचा सासूबाई त्याला काही ना काही कारणासाठी बोलवून घायची. दोघांची घालमेल सुरु होती.

शरीराचा उंबरठा मनाच्या अंतर कोपऱ्यातून ओलांडायचा राहिला होता. सर्वांची जेवण आटोपली होती आणि दुपारी चित्राला भावासोबत निघायचं होतं.

तोच प्रशांत खोलीत मुद्दाम गाडीची किल्ली शोधण्यासाठी खोलीत शिरला, चित्रा आरश्यासमोर बसून दागिने घालत होती. प्रशांतने अलगत तिची हाराची हुक लावून दिली आणि क्षणात तिने पलटून त्याला मिठी मारली.

लाग्नाधीच्या चोरून भेटण्यात तरी कधी भीती आणि हुरहूर नव्हती पण आज त्या दोघंनाही ती जाणवत होती. कुणी बाहेरून आवाजही दिला नाही तरी कान वाजत होते.

प्रशांतने ओठ तिच्या माथ्यावरून अलगत सेकंदासाठी ओठावर ठेवले आणि नाजूकपणे उचलत म्हणाला,

"सुंदर दिसतोय ग हा रंग तुझ्यावर, लवकर ये हा."

तिनेही मिठीतून बाहेर येत उत्तर दिलं,

"तुझा रंग चढलाय मग सुंदर दिसणारच ना, ये, तू लवकर ये
आणि ते हनिमुनच काय, तिकीट प्रिंट केलीस ना?"

"अग पोस्टपोन करावी लागणार,
आधी जेजुरीला जायचं आहे दर्शनाला."

"आता, मग ते लवकर कर."

"तिथेही घोळ आहे, दोन दिवसांनी मुहूर्त आहे."

थोडी चिडल्यागत झालेली चित्रा, परत स्वतःच्या सामानाकडे वळत म्हणाली,

"काय ते कर, आता तुझ्या माझ्या प्रेमात सर्वांच मन धर..."

प्रशांत हसला,

"चीतू आता कवियत्री झालीस एका रात्रीत,

बघ तुझ्या माझ्या प्रेमात!,
काळजी करू नको, मी बघतो काय ते."

"बघ ना रे, काय विचार केला होता."

"काय ग काय केला होता?"

"आता ना तू चिडवू नकोस."

"ये जाम मस्त दिसतेस हा तू चिडल्यानंतर."

"असं, मग कर सहन आता आयुष्यभर."

"अरे म्हणूनच तर केलंय लग्न."

"ये प्रशांत लवकर ये तिकडे, मला नाही करमायचं."

"येतो, आधी इथून निघू दे मला."

"मी कुठे धरलंय, तू तुझा आलास आणि जाशील."

"असं, पण तुझ्यासाठी आलो..."

"किल्ली घ्यायला आला होतास."

"नाही... ती तर माझ्याकडेच होती."

"मग, तुझ्या आईने काही सांगितलं असेल म्हणून आलास."

"ये चीतू, जावूदे आता, उगाच चिडू नकोस."

"हो आता चिडून काही होणार नाही, कॉलेज नाही ना हे."

"पण मी तोच आहे ग..."

"तो कुठे, नवरा झाला आहेस."

"पण तू माझी बायको आहेस. माझा रिमोट कंट्रोल..."

ति तोंड वाकडं करत पलटली, सुस्कारा दिला आणि तिची बॅग भरायला लागली.

प्रशांतने दारात येवून इकडे तिकडे बघितलं, गुमान किल्ली हलवत खोलीतून निघाला.

काही वेळाने चित्राला सासूबाई ने आवाज दिला आणि तीही निघाली भावासोबत.

भाग २. प्रीत तुझी माझी स्मरता

"वाट प्रेमाची ही धरता...
मज परत हुरहूर भासे
रोमांच मनात बहरले जसे
स्मरण प्रीतीच्या क्षणाचे करता...
सख्यारे...
प्रीत तुझी माझी स्मरता..."

चित्रा निघाली होती भावासोबत, पण; शरीराने, मन ती प्रशांत मधेच सोडून गेली होती. वाटेत तिला त्यांची पहिली भेट आठवली.

एक सावळीशी, स्वतःमधेच गुंतून राहणारी साधरण सर्वसामान्य घरची मुलगी. सावळी होती पण नाकी डोळी तरतरीत दिसायची. तयार झाली कि श्रीदेवीच वाटायची. कॉलेजच्या वार्षिक समारंभात श्रीदिवेच्याच गाण्यावर नृत्य केलं आणि प्रशांतच्या मनात नजरेतून थेट शिरली. ती समोर मंचावर थिरकत होती आणि प्रशांतच हृद्य जणू ठोके वाढवून सांगत होतं कि हीच ती... तुझी जोडीदार... चित्रा.

प्रशांतने स्वतः पुढकार घेऊन तिच्यासोबत काढलेला त्या दिवशीचा फोटो, कॉलेजच्या मॅगझीन मधला चर्चेचा विषय होता. फोटोमुळे त्यांना आणखीनच प्रसिध्दी मिळाली होती, आता सर्व कॉलेजच त्यांना ओळखायचं. चुकून एकमेकांना हाय जरी करत असले तरी नजरेत येत असत.

चित्राला प्रशांत दिसला कि तिचं हृद्य जोराने धड-धडायचं. प्रेमाचा गुंता नव्हता पण हुरहूर वाढली होती. प्रशांतच्या तर थेट हृदयात जावून बसली होती चित्रा. आता तो तिच्याशी बोलण्याचे बहाणे शोधायचा. सावळीशी चित्रा त्याला जगातली सर्वात सुंदर मुलगी वाटायची.

आणि त्या दिवशी तिची लुना सुरु होत नव्हती. मनातच पुटपुटत रस्त्याने चित्रा ओढत होती गाडी. प्रशांत समोरून येऊन म्हणाला,

"मी बघू? थोडफार कळतं मला गाडीच."

"बघ बाबा, सुरु झाली तर हे दाटलेलं आभाळ
बेधुंद कोसळण्याच्या आधी मी घरी असेन."

प्रशांतने एक कटाक्ष त्या गरजणाऱ्या ढगांवर टाकला आणि त्यांना मनातच म्हणाला,

"तुला बरसायला काय वेळ काळ लागतो?
आज कुणाची तू वाट बघतो?
घे धुंदी अशी बरस बेधुंदी
मिलन तुझे धरणीशी होता.
प्रीतीची चाहूल तिच्या मनात मागतो.
आज कुणाची तू वाट बघतो?
तुला रे बरसायला काय वेळ काळ लागतो?"

मनातले शब्द ओठ्वर आलेच नाहीत आणि पाऊसाने बेधुंद बरसत धरणीला अलिंगन दिलं. इकडे चिंब वसुंधरा होत होती आणि ते दोघेही पाउसाच्या धारांमध्ये ओले झाले होते. हळबळीत प्रशांतने लुना झाडाखाली नेली तोच वीज चकाकली, जणू कुठेतरी पडल्याचा भास झाला होता.

क्षणात चित्रा त्याला मागून बिलगली आणि ती प्रेमाच्या स्पर्शाची वीज प्रशांत वरच पडली. विजेचा आभास संपताच चित्रा जरा दूर झाली आणि लाजली. तिच्या डोक्यावरून पाणी ओठांवर वाहत होतं आणि ते चिंब ओठ आणखीच रसाळ वाटत होते प्रशांतला. मनात सुखावला होता कि पाऊसाने कधी नव्हे तेच ऐकलं. चोरून चित्राला बघणारी नजर आनंदी होत होती. बराच वेळ दोघांत काहीच सवांद नव्हता. पण मन सवांद साधत होती.

पाऊस धो-धो पडून गुमान गप्प झाला आणि प्रशांत म्हणाला,

"चल, निघूया आता? तुला निघायला हवं ना."

तर परत पाऊस सुरु झाला. जणू तो पाऊस प्रशांतला उकसवत होता मनातलं बोलायला पण जरा मनातच उकललेला प्रशांत ओठ उलवत नव्हता.

चित्रा स्वतःला सावरत म्हाणाली,

"का थांबलास? हा पाऊस काही थांबणार नाही, निघूया,

आधीच भिजलोय अजून काय भिजवणार हा आपल्याला?"

पण तीही जरा थबकली कारण पाऊस वाढला होता आणि हे प्रशांतच्या लक्षात आलं होतं, प्रशांत ने डोळे मिटत म्हटलं,

"चित्रा."

"हुम्म..."

"तू आवडतेस मला, मैत्री करशील माझ्याशी?"

"हो, का नाही? एवढ्या धो-धो पाऊसात,

आणि अंधारात एक मित्रच मला साथ देवू शकतो."

आणि तिने तिचा हात पुढे केला.

'पाऊस थांबतच नव्हता कारण गोष्ट अजून संपली नव्हती

ध्येय तेच असलं तरी वाट मात्र मैत्रीची होती.'

मैत्रीच्या मार्गाने दोघांमध्ये जवळीक आली आणि प्रीत कधी बहरत गेली दोघांनाही कळलंच नाही. कॉलेजचा प्रत्येक क्षण नंतर ते सोबत जगले. शेवट्या वर्षापर्यंत जणू लैला मजनू होते कॉलेजचे.

कॉलेज संपल्यावर चित्राने त्याचं कॉलेजमध्ये पार्टटाइम नौकरी सुरु केली आणि प्रशांतने त्याचा घरचा वडलोपार्जित दुधाचा व्यवसाय जोमाने सुरु केला. नवीन तंत्रज्ञान वापरून तो व्यवसाय वाढवत होता आणि तालुक्याच्या ठिकाणी सरकारच्या नवीन योजना राबविण्यासाठी ये-जा करत असतांना चित्राला भेटणं होतच होतं.

त्या दिवशी तो कॉलेजमध्ये आलेला आणि चित्राशी कॅन्टींग मध्ये बोलत बसला असतांना. चित्राला वेळेच भान राहील नाही आणि तिचा भाऊ पिकअप साठी तिला शोधत तिथे पोहचला.

दादा दिसताच चित्राने प्रशांतच्या हातातला हात बाजूला केला. मोठा भाऊ होता मग जवळ येऊन प्रशांतशी बोलू लागला. त्याने प्रश्नांचा भडीमार सुरु केला आणि प्रशांत घाबरला. खरं तर अनपेक्षित होतं सारं त्याला पण मग प्रशांत बोलला,

"माझं प्रेम आहे चित्रावर, लग्न करण्याची इच्छा आहे."

भावाने परत विचारपूस सुरु केली,

"मग कधी यतोस घरी, आणि काय करतोस तू?"
"माझी डेअरी आहे,
महिन्याला पन्नास-साठ हजार कमावतो, शेतीही आहे.
चित्राला आनंदात ठेवेल."
"बर, घरी कोण कोण असतं तुझ्या?"
"माझी आई आहे आणि बहिणीचं लग्न झालेलं आहे,
पोलिसात आहे जावई आणि बहीण बालवाडीत शिक्षिका,
वडिलांना जाऊन पाच वर्ष झालीत.
आता आई आणि मीच असतो गावात.
तसा खूप मोठा परिवार आहे आमचा.
बाबांना पाच भाऊ आणि तीन बहिणी;
मग मोठा परिवार झालाय आता.
काका फॉरेनला अमेरिकेत असतो माझा आणि मामा तहसीलदार आहे."
"म्हणजे, सखारामचं साहेबांचा भाचा का तू?"
"हो, माझा सख्खा मामा आहे तो."
"मग, तुला काय दुधाचाच व्यवसाय करायचा आहे का?"
"हो. त्यात का वाईट आहे?
लवकरच पनीरची कंपनी टाकण्याचा विचार आहे.
काका गाईड करतोय मला."
"मग, आमची चित्रा काय दुध काढणारं गाईचे?"
आणि मग सगळे हसायला लागले, हसतच प्रशांत म्हणाला,
"तिची इच्छा असेल तर,
नाहीतर मी रोज तोलुक्यात येतोच,
सोडत जाईल तिला कॉलेजात नौकरीसाठी."
भाऊ उठला, म्हणाला,
"चल चित्रा घरी आता, वेळ झालंय."
आणि तो प्रशांतला म्हणाला,
"आवड्लास मला तू, मस्त,
पण आई बाबांना माहित नाही पसंत पडशील कि नाही.

ते खूप मोठे मोठे शिकलेले मुलं बघत आहेत.
पण मी समजू शकतो.
माझंही मास्टर झालं आहे आणि अजून पक्की नौकरी नाही,
पण तुझा तर चांगलाच जम बसलाय. बोलतो मी घरी."
आणि मग विचारात पडत म्हणाला,
"तसं आमच्यात मुली देत नाही तुमच्या लोकांना,
रोटीची आदान होते बेटीची अजूनही नाही.
अजून दिल्ली दूर बराक!
पण, दोघेही खंबीर असाल तर कुणाची मज्जाल होणार नाही.
नंबर दे तुझा, मी कॉल करतो."

भावाच्या मध्यस्तीमुळे लग्नाची बोलणी हळूहळू सुरु झाली. मुलगा चांगल्या घरचा होता पण खेड्याला असून तिथेच पिढीजात घरात राहणारा होता मग घरता नवीन मॉडर्न गोष्टीला वाव दिणारे जरा मागे पुढे बघत होते.

घरात लग्नाची तयारी सुरु होती पण प्रत्येक गोष्ट जणू चित्रा आणि प्रशांतच्या माध्यमातूनच जातं होती. परस्पर वडिलधारे फरास बोलतच नव्हते, जास्तच झालं तर चित्राचा भाऊ सांभाळायचा.

आता भावाला नौकरीसाठी शहरात जावं लागलं आणि मग तर तारांबळ उडाली. लग्नाच्या बोलणीसाठी दोन्ही कडले पाहुणे सोमोरा सामोर असून बोलतही नव्हते. जणू दोन मन लग्नाला तयार होती पण तों घर तयारच नव्हती. बस लेकरांच्या प्रेमापोटी उभी होती त्यांच्या सोबत सेमी अरेंजच्या नावाखाली.

त्या दिवशी कपडे घेण्याचा कार्यक्रम ठरलेला आणि ही सूचना त्यांना देणार कोण?.. तर चित्रा स्वतः... तिने प्रशांतला खूप कॉल केले पण तो काही उचलत नव्हता.

तसं गावं मोठ्या शहराच्या रस्त्यावरच होतं तर प्रशांत कडच्याना काही वेळ लागणार नाही पोहचायला म्हणून चित्राने नुसता एक मॅसेज टाकला.

इकडे कामाच्या धांदलीत प्रशांतने फोन बघितला नाही आणि अगदीच वेळेवर बघितला. त्याने लगेच घरी सर्वांना तयार व्हायला

सांगितलं, जावई रागातच बोलले,

"हे काय सांगण्याची पद्धत झाली,

मानपान असतो कि नाय मुलाकडल्यानले,

एक फोन बिन केला नाय, तुह्या सासरच्या लोकांनी"

नवऱ्याच्या शब्दाला मान देत बहीणही भडकली, आणि पोरीच्या मागे प्रशांतची आई. वातावरण घरातून निघण्या आधीच फुगलं होतं. प्रशांत जसं जसा सर्वांना शांत करत होता तसं तशे सर्व अजूनच तापत होते. शेवटी काकू बोलल्या,

"हं, पोरगी लय वरचढ दिसते, अन घरचे तिच्यापेक्षा."

"तसं नाही काकू, माझी चूक हाय,

लय कॉल आहेत माह्या मोबाईलवर, म्याच बिझी होतो."

आणि प्रशांत बोलयला लागला...

परत प्रशांत मोठं लेक्चर देऊन झालं होतं मग गुमान सर्व गाडीत बसले. कपड्याच्या दुकानात कुणीच कुणाशी बोलत नव्हतं. सर्व कपडे ह्या दोघांनीच घेतलें.

थकून सर्वानी एका रेस्टोरेंट मध्ये समोसे खाण्याचं ठरवलं... दामटून सर्वानी फस्त केले पण बिल कुणी द्यायचं ह्यावर मात्र सर्वांच्या मनात चर्चा होती.

मुलीच्या बापाने पैसे द्यावे असंच वाटत असणारं प्रशांत कडच्यांना पण समोर जाऊन प्रशांतने बिल दिलं आणि सर्व बिनसलं.

आता आपसूकच तोंड फुगली होती आणि छाती ताट झाली होती प्रशांत कडल्यांची. इकडे चित्राच्या वडिलांना वाटलं, काय होते... दिले तर पैसे, एवढा खर्च झाला आमचा कपड्यांवर.... असं चित्राच्या आईच्या कानात म्हणत ते रेस्टोरेंट मधून राम राम करत निघाले.

प्रशांतकडचे मात्र आम्हाला मान दिला नाही म्हणून गुपचूप कुजबुजत होते, तेही प्रशांतच्या चोरून.

काय आहे ना मित्र मंडळीनो लग्न पूर्ण अरेंज असलं तर खूपच छान... आणि लव्ह मॅरेज असलं तर सारीच बोंब.... पण सेमी अरेंज म्हटलं कि ना घर का ना घाटका...

जो तो येऊन उपकार केल्या सारखं वागवून जातो... म्हटलं तर लग्नाला संमत्ती देऊन त्यांनी उकाराचं केले असते प्रेमवीरांवर असंच काहीसं दाखवत असतात.

लग्नाची वरात दारात येईपर्यंत दोघही सारंकाही सांभाळत होते आणि कळून चुकलं होतं लग्नाच्या अक्षिदा उपकरात भेटल्या आपल्याला आणि काय एवढ्यासाठी मन दुखवायची, सगळं गुमान ऐकण सुरूच होतं.

भावना हीच होती कि संसार उभा करतांना कुणाची मन दुखू नये. पण घरचे मात्र आपण खूप मोठी गोष्ट करतोय ह्या दोघांच लग्न लावून देवून हीच भावना ठेवून होते.

चित्राचा भाऊ सोडला तर माहेरी तिला असा मनातून पाठींबा नव्हताच आणि प्रत्येक वेळस भाऊ उभा राहणार नंव्हता ना माहेरी सर्वांना गप्प करण्यासाठी! लग्नाच्या दिवशी जानोसा दिसत नव्हता वरातीला आणि सासुच ओरडणं सुरु झालं,

"काय बाय पोरांन पोर पायली...

घरच्या लोकायले एवढ भी समजत नाय काय?

का रोडावर जानोसा ठेवावं म्हणून,

ये लाव रे फोन कोणाले तरी."

आईला गुमान गप्प करत प्रशांतने चित्रालाच फोन लावला. आणि भावाचा फोन वाजला आणि चित्रा भानावर आली. चित्रा आठवणीतून बाहेर आली.

ती अगदीच माहेरच्या दारात होती. दुचाकी थांबवली होती भावाने आणि तो फोनवर बोलत होता,

"हो जावई आत्ताच पोहचलो, चित्रा का?

हो माझ्यासोबतच आहे.

तिला फोनची रिंग ऐकायला येत नसणार.

देतो तिला, तुम्ही या संध्याकाळी."

भावाने फोन चित्राच्या हातात दिला आणि गाडी पार्किंगला लावायाल वळला. चित्रा फोनवर बोलतच घरात शिरली.

भाग ३. संसाराचा सूर पकडतांना...

"संसाराच गीत गुणगुणतांना खूप जपावं लागतं.
स्वतःला आणि समोरच्यालाही
हो कि नाही?
आणि लग्न जर आपण जमवलं असलं तर...
हेच संसाराच गाणं आपल्याला नाचवत असतं.
आणि लवकर सूर पकडल्या जात नाहीत,
खूप त्रास होतो.
नाती आपली असूनही आपली नसतात.
पोकळ वास असतो जो दोन जीवांना मोठ्या कष्टाने
भरीव करावा लागतो!"

चित्रा माहेरी प्रशांतची वाट बघत होती. प्रशांत तिला घ्यायला पोहचला आणि चित्राच्या डोळ्यात चकाकी आली होती. प्रशांतने येतांना काहीच सोबत आणलं नव्हतं, तो येवून तसाच चित्राची वाट बघत हॉलमध्ये बसला. तिची आई तिला येवून म्हणाली,

"काय ग तुझ्या सासरच्यांना जराही कळत नाही का?
खाली हाताने पाठवलं जावयांना.
आपल्यात पद्धत आहे इथे माहेरी पाहुण्यांसाठी साड्या
आणि शेले सासरहून येतात. पाहुणे घरी आहेत अजून."
"अग पण त्यांच्यात नसेल ना!"
"मग सांगायचं ना तू, तुला कडत नाही...
तू तर नुसती आरश्या समोर उभी राहतेस."
चित्राने लगेच प्रशांतला फोन लावला, तिचा फोन दिसताच प्रशांत बाहेर गेला.

"ये प्रशांत, चौकात जावून दहा साड्या आणि शेले घेवून ये लवकर,

आमच्यात रीत असते म्हणे, आई इकडे ओरडत आहे."

"बर, मला आधी सांगायचं ना,

घरी किती पडल्या होत्या. घेवून येतो आता.

पण तू जरा बाहेर ये ना, बघायचं आहे तुला.

तुला बघतो आधी आणि मग काही बहाणा करून निघतो,

आणि हा लवकर आवरायला सांग तुझ्या घरच्यांना

घरी आई पण वाट बघत असेलं."

प्रशांत हॉलमध्ये आला आणि सासऱ्यानां म्हंटल,

"मी काहीतरी विसरलोय रस्त्यावरच्या दुकानात,

तुम्ही पुजेची तयारी लवकर करा, आलोच मी.

काहीतरी दिलं होतं माझ्या आईने सोबत,

विसरलो मी फोनच्या नादात, आलोच घेवून."

तोच बाबा म्हणत चित्रा बाहेर आली आणि नजरेने खाणा खुणा करत दोघांनी बाय बाय म्हटलं.

प्रशांतने दहा गिफ्ट पॅक करून आणली. पूजेत दोघेही बसले आणि पूजा संपन्न झाली, परत जातांना चित्राच्या आईने पावभर तांदूळ दिले आणि बजावून सांगितलं,

"ह्याची खीर करायची आणि दोघानीं खायची

तेंव्हाच संसाराला सुरुवात करायची,

आपली प्रत्येक पिढी हेच करतं आली आहे."

प्रशांत काहीसं ऐकलं होतं, तो मनात म्हणाला,

"तिकडे ते कुलदेवी आणि इकडे ही खीर...

आणि आम्ही बोंबला...

लग्न लावून दिलयं ना तुमचं... मग ऐका की..."

चित्राने त्याला हळूच धक्का दिला आणि दोघांनीही सर्वांचा आशीर्वाद घेतला.

परंत येतांना चित्राने प्रशांतला विचारलं,

"मग कधी चाललोय आपण, हनिमूनसाठी, चाललोय ना?

मला तर वाटतंच नाही..."

"काय वाटत नाही?"

"कि तुझ्या घरी असं काही घडू देतील म्हणून."

"चित्रा आधी तू आपल्या घरी म्हणणं शिक ग आता."

"आ... अरे जरा वेळ लागायचा... समज ना."

"हो पण आईसमोर म्हटलं ना तर माझी वाट लावेल ती."

"अरे हो त्या कुलदेवीचं काय झालं?"

"जातोय आपण आईसोबत, परवा...
तोपर्यंत सेफ अंतर ठेव.
आईने माझी खोली तुला दिली आहे,
आणि मी पाहुण्यासोबत वरच्या माळावर झोपेल.
आणि हा, काका आज निघतोय अमेरिकेसाठी रात्री,
मला गाडी घेऊन जावं लागेल त्याला सोडायला एअरपोर्टवर."

चित्राने मोठा सुस्कारा दिला आणि म्हटलं,
"चाललो होता आपण सेमी अरेंज ॲडजस्ट करायला...
इथे सगळं आपणचं ॲडजस्ट होतोय.
कुणी काहीच ॲडजस्ट करायला तयार नाही.
सगळे लग्न लावून दिलं म्हणूंन तोऱ्यातच बोलतात, नाही रे!!"

प्रशांत जोराने हसला, गाडी थांबवली, पलटला आणि ओठ टिपलीत माथ्यावर चित्राच्या.. आणि म्हणाला,

"घर आलं... कुठे हरवलीस?
कुणी बघितलं तर अजून प्रॉब्लेम...
आणी ह, मी तुझ्या सोबत आहेच.
आपण मिळून करू सर्व नीट, सुरवात तर झालीच ना?"

गाडीचा आवाज येताच, सासूबाई बाहेर आल्या, आल्या आल्या त्यांनी दोघांची दिट काढली, मिरची ओवाळून, भाकरी गायीला भरवली आणि आत घेत सुनेचं हाताने चुंबन घेत म्हणाली,

"गुणाची पोरं ग माही, आली आपल्या घराले,
लक्ष्मी नारायणाचा जोडा आहे माहया लेकाचा,
एकटीच सून हाय मले, लाडात नाही ठेवू त काय?"

आईच प्रेम उतू जातांना बघून प्रशांत चकाकला होताच पण वाटलं बरोबर तर आहेच.

"काय? माहेरून काही आणलं नाही होय घरच्यांसाठी,

नाय.... रीत असते तशी...

पोरगी अशीच पाठवली काय?"

कुणीतरी हळूच बोललं होतं. आता प्रशांतने परंत डोक्यावर हात लावला आणि म्हणाला,

"अरे चित्रा चहा घेतांना तू तुझ्या आईने दिलेली बॅग

तिथेच विसरली कि काय?

मी आलोच घेऊन, तू ते तांदूळ आईला दे."

"आई, हे अक्षदांचे तांदूळ, ह्याची खीर करायची होती."

चित्राने मोठ्या उत्सुकतेने सासूच्या हातात दिले. सासू काही बोलायच्या आधीच, काकू सासू म्हणाल्या,

"काय, हे गबाळे तांदुळाची खीर माह्या पोरांसाठी?"

चित्रा काहीच बोलली नाही, तिने ती पोतडी सासूच्या हातातून परत तिच्याकडे घेतली आणि खोलीत शिरली, मनात म्हणाली,

"आपलं ते मापलं, लोकायचं काय ते दिड पायली..."

दोंन दिवस दोघानीही असे काढले जसे दोन चोर घरात होती आणि प्रत्येक वेळेस एकमेकांना शोधतं होते. जसा लपाछुपीचा खेळ सुरु होता दोघांत.

कुलदेवीच्या दर्शनासाठी घरची आणखीन मंडळीही होतीच, पूजेशिवाय दोघानां बोलताही आलं नव्हतं. घरच्या व्यापात आणि प्रत्येकाची मनधरणी करत दोघांनाही हनिमूनला जाताच आलं नव्हतं.

चार दिवसांत सर्व घर खाली झालं, आता घरात आई आणि ही दोघेच होते. आज जरा निवांत चित्राशी गप्पा करता येतील म्हणून, प्रशांत डेअरी मधून लवकर घरी आला, तर घर बायांनी भरून होतं.

आईने गावातल्या बायांचा घरी हळदी कुंकवाचा कार्यक्रम ठेवला होता. चित्रा नटून थटून सर्वांच्या चांगल कंबरभर वाकून नमस्कार करत होती. आईने त्याला दारातच थांबवलं,

"परश्या, आज सुनेचं मुखं दर्शन आहे माह्या,

तुझं काय बी काम नाय, घराला रात्री ये, जाय आता इथून."

प्रशांतने दारातूनच चित्राला बघण्याचा प्रयत्न केला आणि तो पलटला. डेयरी बंद केली होती मग सर्व गावं बाईकने फिरूनही सातच वाजले होते. घरी जावू शकत नव्हता, मग बसला बाईकला टेकून घराजवळच लपून.

नव वाजले होते आता जरा शांतता होती मग हळूंच बाईक आणून घरासमोर ठेवली आणि आता शिरला. आई नव्हतीच मग त्याच्या खोलीत शिरला, चित्रा दागिने काढत आरश्या समोर होती. मागून येवून तिला मिठी मारली,

"ये सोड ना... पार कंबरड मोडलं माझं वाकून वाकून,

तुम्हा पुरूषांच बऱ असतं. बाहेर...

आम्हीं बायका फसतो ना... ॲडजस्ट करत."

"ये जावूदे ग.... मी तुझ्या कंबरेला छान मळून देईल.

आता जेवायचं घेते का? पार वाट बघून भूक लागली मला."

"अरे बापरे, स्वयंपाक तर केलाच नाही!"

तोच बाहेरून आवाज आला,

"सुनबाई जेवायचं कसं? विचार केला का?

कि अजून बिन स्वयंपाक घर हाती घ्यायले वेळ लागल?"

"अहो आई आलेच मी"

चित्रा धावतच प्रशांतला तोंडाचा मुरडा मारत निघून गेली. मागेच प्रशांत गेला,

"आई मी धाब्यावरून आणतो ना!

कशाला आता काही करता? आराम करा."

"आता तू एवढ्या रात्री जाशीन! नाय बाय,

अव सुनबाई घरी उसळ तर असलच ना?

मग पोळ्या टाक बऱ पटकन.

आणि पहिले भात टाकून दे, तोवर म्या वरांडा झाडतो."

तिघांनी जेवण केलं आणि झोपायला गेले. आज चक्क सात दिवसांनी दोघांनाही एकांत मिळाला होता पण चित्रा पार थकली होती आणि प्रशांत वाट बघून उतावळा झाला होता. तोच चित्रा ओरडली,

"अरे ती खीर नाहीना खाल्ली आपण...

आज काही नको हा, उगाच माझ्या आईला वाईट वाटायचं."
"अग पण माहित कसं होणार ?"
"मला तर माहित आहे ना, निघेल शब्द कधी तर ..."
"आयला, प्रेम आम्हीं केलं आणि
ही अख्खी दुनिया मधात लुडूबुडू करते...
खरंच ग प्रेमात तुझ्या माझ्या ही सरी दुनिया असते."
"आणि सगळ्यांना तोरा असतो,
गळून मात्र आपलाच ठेवाव लागतो..
संसाराचा सूर पकडतांना खूप जपावं लागतं."
दोघही संसाराची स्वप्न बघत कधी झोपले कळलच नाही त्यांना.

हळूहळू प्रशांत चित्रात गुंतत गेला आणि आईशी तो कामापुरताच बोलत होता.

त्या दिवशी अचानक बहिणीने फोन करून प्रशांतला रागावलं,
"काय रे नुसता बायकोत रायतस,
आमी काय लग्न केलंच नाय....
माय घरचे काम करते अन तू बायको संगी खोलीत रायतस.
तरी म्या मायले म्हटलं होतं,
लवकर गावातली पोरगी पाय म्हणून.
तू आलाच ना घरी घेवून तुया पसंतीची,
माय चे हाल करू नको राज्या."
"अग पण, झालं काय? आई तर चांगलीच आहे.
कालच दवाई पण आणून दिली मी,
ठीक आहे तू म्हणते तर बघतो मी काय आहे ते."

बहिणीने फोन ठेवला आणि प्रशांतला काही कळलच नाही, तो चित्राला विचारायला घरी आला.

"चित्रा काही झालयं का ग आईसोबत तुझं?"
"नाही रे, मी तर खोलीत अभ्यास करत असते MPSC चा."
आणि ति जरा आठवत म्हणाली,
"अरे काल तुझी आई खूप रडतं होती.
कदाचित तुझ्या बाबांच्या फोटोला घेवून.

आणि असही म्हणत होती कि आता माझं काही राहिलं नाही घरात,
त्यान आपल्या आवडीची बायको केली.
मी आता एकटी पडली.
कधी बोलवता तुम्ही मला असं काहीसं बोलत होत्या त्या,
मी जास्त लक्ष दिलं नाही. का रे काय झालं?"
"अरे... बाबांचा मृत्यू दिवस होता काल...
आयला माय बी ना... सांगायला तर पाहिजे होतं...
आपण आपल्याच नादात होतो ग."
आणि तो आईकडे निघाला,
"आई चल बर मंदिरात नेतो तुले.
काही दान कराचं होतं ना तुले,
मले काल यादच नाही रायली."
"तुले काय याद रायल आता,
आवडीची बायको आण नावडीची माय हाय आता."
“जन्मदाता बाप कवाच वर गेला
अन मी काय तुह्या जन्माले पुरीन काय?
राहूदे बापा, तुया नवरीले वाईट वाटायचं."
"अव तू चल, तिले काय वाटायचं ते मी पायीन,
चलतसं का उचलून बसवू आता."
"तुही नवरी नाय यायची नाय...
तिचा कुणीच नवता का तुह्या बाप?"
"आता ते पाहिजे का तुले!"
"बापा, गावातले लोकं काय म्हणत्याल?"
प्रशांतने चित्राला आवाज दिला,
"अग चित्रा चल बस बघू गाडीत आपल्याला मंदिरात जायचं आहे."
चित्राने पुस्तक बंद केलं, जरा आरशात बघितलं आणि निघाली.

काही दिवसांनी माहेरी लग्न होतं. रीतसर घरी पत्रिका दिली होती चित्राच्या वडिलांनी. पण तरीही सासूबाईचं म्हणणं होतं कि मानाने बोलवलचं नाही, त्या लग्नाला यायला तयार नव्हत्या.

मग दोघचं पोहचले. माहेरी सर्व मंडळी चित्राला विचारात होती कि तिच्या सासू का आल्या नाही म्हणून. आणि चित्रा सांगत होती कि त्यांना बऱ़ नाही. पण तरी तिची काकू बोलली,

"काय बाई आमची पोरगी सारी तिकडलीचं झाली.

बरोबर झाकते सासरचं, लेकरू आपल्या दांडातचं द्यावं बाई!"

चित्रा लगेच म्हणाली,

"अहो काकू मी खूप खुश आहे."

त्यावर आई म्हणाली,

"हो ग बाई खुश राहिशलच ना,

आम्हीच तुझ्या काळजीत आमचा जीव आटवतो...

नाही का ताई!"

"हो नाही तर काय? तो जावई, बोलतं पण नाही कुणाशी?"

"अग काकी तू बोललीस का ग, जातीने?

जावई म्हणतेस ना, मग मान नको का?

आणि तसंही नवीन लोकं तुम्ही सगळे त्याला...

वेळ लागेल ना बोलायला?"

"अग बाई! चांगलीच ॲडजस्ट झालेली दिसते तू!"

"चालू आहे प्रयत्न, सेमी अरेंज्ड आहे ना!

मग रस्सी खेच सुरु आहे नात्यातली आणि

आम्ही त्या मंथनात पिसले जातोय

हे दिसतंच नाही ना कुणाला?"

नाकावर रड आला होता चित्राच्या पण स्वतःला सावरत ति तिथून निघून गेली जणू ती आता जाऊन प्रशांतला बोलणारं असंच वाटत होतं सर्वांना पण तिने असं काहीच केलं नाही.

पण तेही खटकलं होतं माहेरी... परत लक्षात आलं चित्राच्या लग्न फक्त दोघानीं केलंय बाकीच्यांनी तर जिम्मेदारी निभवली, नाहीतर जावई लग्न घरी एकटाच कसा बसून राहू शकतो? आणि ती परत दादाला मिस करत होती जो आता दूरच्या शहरात नौकरी करत होता.

भाग ४. प्रेमात तुझ्या माझ्या

“प्रेमात तुझ्या माझ्या...
ही धुंद लढाई अपुली.
प्रेमात तुझ्या माझ्या...
नातीच सामोरी अपुली.”

दोघांनाही कळून चुकलं होतं कि तू माझा मी तुझा असलो तरी आयुष्याची लढाई कठीण असणारं आहे. प्रेमाचं अस्तित्व टिकवून सेमी अरेंज मध्ये उभं करणं, कसोटी लागणारं आहे. इथे दोन मन जुळली असली तरी दोन घर जुळली नव्हती.

त्या दिवशी प्रशांत चित्राला घेवून शहरात मुव्ही बघायला गेलेला, परत येतांना दोघही धाब्यावर जेवून आले आणि आईसाठी जेवण पॅक करून घेतलं. घरी पोहचले साधारण आठ वाजले असतील, प्रशांतने घरात पाय ठेवताच आई आई असा आवाज दिला पण कुणीच बाहेर आलं नाही.

आई कुठेतरी बाहेर गेली असेल ह्या विचाराने तोही खोलीत जाऊन बसला आणि चित्रासोबत बोलत होता. तोच शेजारचा मुलगा घरात आला आणि म्हणाला,

"काका. माय मोठया बाईकडे गेली संध्याकाळी,
रडतं होती, हे चाबी देली, कायची होय माहित नाय?"

प्रशांतला काही कळलंच नाही पण चाबी घराची होती हे त्याला कळलं. त्याने लगेच मोठया बहिणीला फोन लावला,

"अग आई आली का तिकडे?"

"हो, कुठं जाणार होती ते?

बरं झालं माय वालं घर जास्त दूर नाय.
मायले एकटं सोडून वहिनीच्या माहेरी जातं,
उपाशी होती ते दिवसभराची."
"अग पण मी तर सांगून गेलो होतो तिला."
"तुला काय ओळखत नाही का मी?
असा तर नव्हता रे तू लग्ना आधी!
म्या म्हटलं होतं मायले तुय वालं लग्न लवकर करून दे म्हणून,
तू आता अप्सरा घेऊन आलास शहरातली,
अन ते काही तिले चांगली वागवत नाही म्हणे,
चाय बिन देत नाही म्हणे वेळेवर."
"बाई असं काहीच नाही आहे, माया समोर चाय पिते माय रोज."
"मग काय ते खोटं बोललं ह्या वयात,
ते काय मले माहित नाय,
मायले उद्या घेऊन जाय अन आपल्या नवरीले सांग कि
समदं करून काय तो अभ्यास कर म्हणा.
मोठया थोरांचे आशीर्वाद पाहिजेत कि नाय त्या परिक्षलेबीन!"
प्रशांत ने फोन ठेवला,
"चित्रा तू आईला चहा देत नाहीस का वेळेवर,
अग ती गावभर तुझ्यानावाची बोंब करत आहे,
कि तू तिला चांगली वागणूक देतं नाही म्हणून."

चित्राला काही सुचलंच नाही, तिचे डोळे भरूनच आले. प्रशांत परत भडकला,

"रडून खरं करू नको स्वतःच, समजलं!
आणि आता तू इथे आहेस...
तुझ्या माहेरच्या सारखी मॉर्डन वागणूक नको ग तिला...
बस काही गोष्टी वेळेवर देतं जा."
"अरे पण परीक्षा पुढल्या महिन्यात आहे ना!"
"तो तुझा प्रश्न आहे कसं करायचं ते.
माझी आई परत घरातून जाता कामा नये."

दोघांत भांडण लावणं हाच उद्देश होता प्रशांतच्या आईचा आणि जो सफल झाला होता. वाटायचं तिला मुलानं लग्न स्वतःच्या मनाने केलय... कंटाळून, देईल सोडून आणि मग खुरापती काढत घरी राहून त्या हाच विचार करायच्या कि ह्यांच्यात कधीच का काही भांडण होत नाही आणि माझा मुलगा मला का वेळ देत नाही.

दोघात चांगलीच फुगा फुगी झाली आणि सासू घरात आंनदी राहत होती. दोन दिवसानंतर प्रशांत आणि चित्रा, चित्राच्या माहेरी तिचे काही महत्वाचे कागदपत्रं आणायला गेले आणि चित्रा आईला बघून रडायला लागली.

पोरगी का रडते म्हणून तिच्या बाबांनी सहज चौकशी केली पण प्रशांतला त्यांचा सूर आवडला नाही. तोल गेला त्याचा. तो रागातच म्हणाला,

"तुमची मुलगी माझ्या आईला वाईट वागणूक देते,
असंच शिकवलं का तुम्ही?"

बाबांनाही काही कळलं नाही, त्यांना वाटलं होतं कि हा नमेल, माफी मागेल पण तसं झालं नाही, मग तेही त्यांच्या चढत्या स्वरात म्हणाले,

"हे बघा आम्ही तिला सगळं उत्तमच शिकवलं आहे,
संस्कारी घरची मुलगी आहे ती,
आणि खरं तर ती तुमची पसंत आहे.
आम्ही तुम्हाला तिच्यासमोर उभं केलं नाही.
तेंव्हा ती जे काही करत असेल त्यात तुमची मर्जी असेलच.
आमच्या मनाने तिने लग्न केलं नाही, हे स्पष्ट...
मग आम्ही मध्यस्ती का करायची?
तुमचं तुम्ही बघा हो, आमची जवाबदारी आम्ही पार पडली,
आता ती तुमची जवाबदारी आहे."

बाबाने आता चित्राकडे मोर्चा वळवला,

"आणि चित्रा तुला आधीच ताकीद दिली होती,
कि ह्या असल्या गावरान मुलासोबत लग्न करू नको म्हणून...
काय त्याचं घर, काय ती गावंडळ लोकं, काय त्याचं बोलणं, वांगण,
अरे अरे, आता का रड्तेस? तेव्हा तर मोठा जोर होता

तुझ्या शब्दात कि प्रेमात आम्ही सर्व करून घेऊ असा,
आता का तुला तुझ्या प्रेमात आमचा सहभाग हवाय...
लग्न करून दिलं आम्ही. स्वतःच्या मनांना अरेंज केलय आता.
तुम्ही निदान नाती अरेंज करणं शिका."

बाबांच्या ह्या शब्दाने मनातून कोसळली होती चित्रा, तिचं असं काहीच म्हणणं नव्हतं... जरा आईला बघून भरून आलं होतं आणि घरच्यांनी चुकीचा अर्थ घेत प्रशांतला धारेवर धरलं होतं. जे तिलाही मनातून आवडलं नव्हत आणि प्रशांतच भडकणही तिला भावलं नव्हतं पण तिने गप्प राहणं पसंत केलं.

काहींही बोलली असती तर प्रेमावर शिंतोडे उडाले असते हे तिला कळून चुकलं होतं. चित्राने निमूटपणे तिचे महत्वाचे कागदपत्रं घेतली आणि हसऱ्या चेहऱ्याने प्रशांतसोबत निघाली. वाटेत परत एकमेकांवर आरोपांचा भडीमार झाला. प्रशांत बाबांच्या बोलण्याने भयंकर चिडला होता. चित्राची गोची झाली होती घरी येवून सासूसमोर काही बोलूही शकत नव्हती. मुकी मारली हाक ना बोंब स्थिती होती चित्राची.

आता चित्राची लवकरच परीक्षा होती मग प्रशांत फारसा तिच्याशी बोलत नव्हता आणि त्याच्या आईला मनातून आनंद होत होता. पंधरा दिवसानंतर प्रशांतच्या हे चांगलंच लक्षात आलं होतं. कि तो चित्राशी अगदीच प्रेमाने वागला नाही कि आई घरात आनंदी राहते पण मनात वाईट वाटत होतं कि आईच्या प्रेमाचा स्वार्थ असा असू शकतो.

खरंच प्रेमाचं अधिकारात रूपांतर झालं होतं, आई सतत त्याच्यावर अधिकार दाखवतं चित्राला दूर ठेवण्याचा प्रयत्न करत होती आणि चित्राला ते सगळं सहन करावं लागत होतं. ती माहेरी काही बोलू शकत नव्हती कारण प्रशांत हा तिची पसंत होता मग सासरी आणि सासूसोबत अगदीच मजेत चाललंय हे सांगण्या खेरीज काही पर्याय नव्हता.

माहेर असूनही तिला मिळणारी प्रेमची साद मिळत नव्हती. मन माहेर झालं होतं आणि प्रेम पाठीशी होतं. प्रशांतला कळून चुकलं होतं आणि त्यालाही चित्रा खूप चांगली मुलगी आहे हे दाखवून देण्यासाठी घरातल्या प्रत्येकासारखं वागावं लागत होतं. आपली बाजू बरोबर असूनही नमतं घेणं आता दोघेही शिकतं होते.

दोघांच्या लढाईत दोघामधली प्रेमाची धार त्यांना शांत करत होती. चित्रा MPSC पास झाली नाही आणि मग तिने शहरात नौकरी शोधली. सासूची नको तिथे बोचा बोची सुरूच होती पण प्रशांत तिला नेहमी साथ देत होता, बसं जरा दाखवत नव्हता. प्रशांतनेही पनीरच्या कंपनीचं काम सुरु करण्यासाठी तयारी सुरु केली होती.

प्रेमात तुझ्या माझ्या आपलीच नाती सामोर आहेत हे कळलं होतं दोघांना आणि ही नात्यांची चढाओढ अरेंज करणं म्हणजेच सेमी अरेंज्ड असतं कदाचित ह्याची त्यांना पदोपदी जाणीव होत होती.

लग्नात दोन्ही कडून पडलेल्या अक्षदा ह्या जणू उपकारापोटी पडल्या होत्या आणि त्याची परतफेड आपल्याच नात्यांना अरेंज करण्यात आहे हे समजलं होतं.

प्रेमाचं खर अस्तित्व नात्यांपासून पळून जावून टिकवता येत नाही ते इथेच समोर सोबत आणि त्यांच्यात राहूनच खंबीर करता येतं हे मनात दोघांनीही बिंबवल होतं.

सुरु झाली होती दोघांचीही प्रेमाचं अस्तिव टिकवण्याची लढाई. दाखवून द्यायचं होतं जगाला कि ते दोघेही अगदींच योग्य आहेत एकमेकांसाठी.

प्रत्येक वेळेस मनाला अरेंज करावं लागत होतं प्रेमासाठी. न इकडले अरेंज होत होते ना तिकडले... खरच सेमी अरेंज्ड मध्ये प्रेमाला अरेंज व्हावं लागतं. आणि प्रेमात ती ताकद असते मन वळवण्याची मनांना अरेंज करण्याची... हो ना ?

मग सुरु झाली होती प्रेमाची लढाई प्रेमासाठी...

नात्यांना अरेंज करत... आयुष्याच्या वाटेवर...

आभार!!

कथा वाचण्यासाठी मनापासून आभार.
आपल्या प्रतिक्रिया नक्की कळवा!
आपली सदा आभारी
उर्मिला देवेन
urmiladev@gmail.com
https://www.facebook.com/manatlyatalyat
https://www.manatalyatalyat.com
https://www.urpanorama.com
https://www.youtube.com/channel/
UCqXuvk74v5HU01G7L2Br7lQ